விளேனாவின் அனுபவ வரிகள்

பாமரனுக்கான கவிஞன்

ஈ.த.விளேனாத் குமார்

aelay
publish

வினோவின் அனுபவ வரிகள்

கவிதைகள்

ஆசிரியர் : ஈ.த.வினோத் குமார் ©

முதல் பதிப்பு : மே 2022

வெளியீடு : ஏலே பதிப்பகம்

5/175, பாத்திமா நகர், கூத்தென்குழி,

திருநெல்வேலி - 627104

தொடர்புக்கு : +91 9944992571

Vinovin anubava varigal

Poetry

by E.D.Vinodh Kumar ©

First Edition : May 2022

Pages: 193

ISBN : 9789355332950

Aelay Publish

Contact : +91 9944992571

Designed by : Aelay publish team

வாசகர்கள் அனைவருக்கும் என் காதல் கலந்த வணக்கங்கள்,

அன்பு நண்பர் திரு ஈ.த. வினோத்குமார்,அவர்களின் இந்த புத்தகத்திற்கு முன்னுரை எழுத என்னை தேர்வு செய்தமைக்கு முதலில் நன்றி கூற நான் மிகவும் கடமைப்பட்டுள்ளேன். இதனை எனக்கு கிடைத்த வெகுமதியாக கருதுகிறேன். அன்பு நண்பர் வினோத் குமார் அவர்களை நான் படவரியில் கவிதை எழுதத் துவங்கும் முன்னிருந்தே அறிவேன். அவர் கவிதைகளுக்காக, கவிதைகளின் வளர்ச்சிக்காக சிறந்த முயற்சிகளை முன்னெடுத்து வருபவர். கவிதைகளுக்கான சிறந்த பல போட்டிகளை நடத்தி கவிதை என்னும் எழுத்து வடிவம் சிறக்கவும் பலரும் கவிதை எழுத தூண்டவும் காரணமாக இருந்து வருபவர். அவரின் இந்த புத்தகத்திற்கு முன்னுரை எழுத எனக்கு தகுதி உள்ளதா என்பதை பற்றி நான் சந்தேகம் கொள்கிறேன்.

நண்பர் எங்களுக்கு கவிதைகளில் ஒரு முன்னோடி. அவரின் கவிதைகள் பலவும் மனிதர்களின் உள்ளுணர்வுகளை புதைந்துபோன ஆழ்மன எண்ணங்களை தெளிவாக வெளிக்கொணர்பவை. இந்த புத்தகத்திலும் பல்வேறு தலைப்புகளில் அத்தகைய கவிதைகளே காணக் கிடைக்கிறது.

கவிதை என்னும் எழுத்து வடிவத்தை நாம் ஏன் பெரிதும் விரும்புகிறோம்? ஏனென்றால் கவிதை என்பது குறுகிய நேரத்தில் ஒரு முழுமையான உணர்வை தரவல்லது.

ஒரு கதையோ கட்டுரையோ நாவலோ நமக்கு தரக்கூடிய முழுமை உணர்வை, வெறும் ஐந்து பத்து நிமிடங்களில் நமக்கு அளித்து நம்மை அதன் பால் ஈர்த்து நம்மையும் அதன் ஒரு பகுதியாக உணரவைத்து நம் உணர்வுகளோடு கலந்து ஒரு சிறந்த வாசிப்பனுபவத்தையும் ஒரு சிறந்த வாழ்க்கை அனுபவத்தையும் நமக்குள் ஏற்படுத்தும். கவிதையின் பொருட்கள் ஒவ்வொரு வாசிப்புக்கும் ஒவ்வொரு விதமாக உணரப்படும் தன்மை கொண்டவை. ஆசிரியரின் உந்துதல்கள் ஒரு விஷயத்தை கொடுத்திருந்தாலும் வாசிப்பவரின் அனுபவங்களை பொறுத்து கவிதையின் பொருட்கள் மாறுபடக்கூடும். அதுவே கவிதையின் தனிச்சிறப்பு.

இந்த புத்தகத்தில் உள்ள கவிதைகள் ஒவ்வொன்றும் ஆசிரியரின் தனிப்பட்ட அனுபவங்கள், சமுதாயத்தை குறித்த பார்வைகள், அவரின் கற்பனை வளங்கள் ஆகியவற்றை எடுத்துரைக்கிறது. இந்த புத்தகம் கட்டாயம் உங்கள் அனைவருக்கும் ஒரு நல்ல வாசிப்பனுபவத்தை தரும். யாரும் கவிதை எழுதலாம், எவரும் கவிதை எழுதலாம், இதுவே நான் நம்புவது. இந்த புத்தகம் ஒருவேளை உங்களையும் கூட கவிஞன் ஆக்கலாம்.

பாமரர்களுக்கான கவிதைகளை எழுதி வரும் இவருக்கு "பாமரர்களின் கவிஞன்" என்னும் பட்டம் அளிப்பதில் பெருமை கொள்கின்றேன்.

இதுபோல மேலும் பலபல அற்புதப் படைப்புகளை படைக்க
நண்பனை மனமார வாழ்த்துகிறேன்.

இப்படிக்கு
என்றும் காதலுடன்
உங்கள் சந்தீப் குமார்
@sandyskirukkalgal
ஆசிரியர்: காதல் ஒன்றும் கடினம் இல்லை & தனியா இத
படிக்காதிங்க

இந்த பிறவியின் தொடக்கம் என்பது தாய் தகப்பனிலிருந்தே.. அதை உணர்ந்து தாய் தகப்பனுக்காய் சில வார்த்தைகளில் தன் புத்தகத்தின் எழுத்துக்களை தொடங்கியுள்ளார் எழுத்தாளர் ஈ.த.வினோத் குமார்.. அனுபவங்களே இந்த வாழ்க்கையின் ஆட்டத்திற்கு சிறந்த ஆசானாக அமையும் என்று நாம் பலர் கூற கேள்விப்பட்டிருக்கிறோம்.. அந்த வார்த்தைகளுக்கு இணங்க தன்னுடைய அனுபவங்களை அனுபவ கவியாய் இந்த புத்தகத்தை செதுக்கி உள்ளார்.. அவருடைய எழுச்சியூட்டும் இந்த வார்த்தை வரிகள் கண்டிப்பாக இந்த சமூகத்தை மாற்றும் என்று நம்புகிறேன்.. வளரும் குழந்தைகள் இந்த நாட்டிற்காக இந்த பூமிக்காக ஏதேனும் செய்ய வேண்டும் என்று நீங்கள் கருதினால் மரத்தை நட்டு பல நல்ல எண்ணங்களை ஆள வேண்டும் என்று அழகாக கூறியுள்ளார்.. காதலே இல்லை என்றால் அவர் மனிதரே இல்லை.. காதலே வாழ்க்கையாக மாறிட கூடாது.. காதல் வாழ்வின் அங்கமாக தான் இருக்க வேண்டும் என்று தெளிவு கொள்ள சொல்கிறார் எழுத்தாளர்.. பெண்கள் சமூகத்தின் கண்களாய் அவர்கள் பற்றிய பல வண்ண கருத்துக்கள் இடம் பெற்றதில் மகிழ்ச்சி..பல வேகம் ஊட்டும் வரிகளும் நம்பிக்கை ஊட்டும் வரிகளையும் நமக்காய் தந்துள்ளார்..எல்லாவற்றையும் எழுதிவிட்டு கற்பனையை விட்டு மிச்சம் வைத்தால் நல்லதல்ல.. கற்பனையாய் பல ஆசைகளையும் வைத்துள்ளார்..இன்றளவும் தாத்தாவின் மீது உங்கள் அன்பு ஆச்சரியத்தில் ஆழ்த்துகிறது..பல ரசங்கள் கொண்ட அண்ணனின் புத்தகம் வெற்றி பெற வாழ்த்துகள்

--முளுங்' (அபிதா)

ஆந்திர மாநிலம் சித்தூர் மாவட்டம் நகரி பட்டினத்தில் உள்ள சால்வாபட்டடை எனும் கிராமத்தில் தர்மலிங்கம் மற்றும் ஈஸ்வரி தம்பதினருக்கு மகனாக பிறந்த இவர் ஆரம்ப கல்வி முதல் உயர்நிலை பள்ளி வரை தமிழ் வழி கல்வியிலும் கல்லூரியில் ஆங்கிலம் மற்றும் தெலுங்கு வழி கல்வியிலும் பயின்றார். இவர் ஒரு முதுகலைப் பட்டதாரி.தமிழ் மொழியின் மீது இவர் கொண்ட பெரும் பற்று தான் இன்று பல கவிதைகள் கட்டுரைகள் மற்றும் சிறுகதைகள் எழுத காரணமாக அமைந்தது. இவருள் இருக்கும் திறமையை உலகிற்கு அறிமுகம் படுத்தியவர் இவருடைய நண்பர் அருணாச்சலம் தான்.

ஈ.த.விளநாத் குமார்

இவர் காதல் கவிதைகள் தத்துவ கவிதைகள் ஊக்கமளிக்கும் கவிதைகள் மற்றும் வட்டார மொழி கவிதைகள் என அனைத்து விதமான கவிதைகள் எழுதுவதிலும் பெயர் போனவர்.
இது உனக்கான நடைமேடை இதை தவற விடாதே என்ற மேற்கோளுடன் பல கவிதை போட்டிகள் வைத்து எண்ணற்ற கவிஞர்களின் மனதில் நம்பிக்கையை விதைத்தவர்.
இவர் இருபதுக்கும் மேற்பட்ட புத்தகங்களில் இணை ஆசிரியராக பணியாற்றி உள்ளார். இவரே தமிழுக்கு அமுதென்று பேர் என்ற புத்தகத்தின் தொகுப்பாளர் ஆவார்.

இவர் பெரும்பாலும் தன் வாழ்க்கையில் சந்தித்த நிகழ்வுகளையும் தன்னை சுற்றி நடக்கும் நிகழ்வுகளையும் அடிப்படையாக வைத்து தன் கருத்துகளை மக்களுக்கு கூறுவதால் அதற்கு வினோவின் அனுபவ வரிகள் என்று பெயர் சூட்டி இந்த உலகத்திற்கு ஒரு புத்தகமாக வழங்குகிறார்.
இந்த புத்தகம் வெற்றி அடைய வாழ்த்துக்கள்.

நா.ரா.காயத்ரி தேவி

சமர்ப்பணம்:-

அன்பு காட்டும் அம்மாவையும்

அறிவு புகட்டும் அப்பாவையும் பெற்றோர்களாக கொண்ட

பிள்ளைகள் வாழ்க்கையில் சற்று தடுமாறினாலும் என்றும்

தடம் மாறியது இல்லை.

உன் வாழ்க்கை உன் கையில்

அதை மற்றவர்கள் கையில் கொடுத்து விட்டு வேடிக்கை

பார்க்காதே, உனக்கு என்ன பிடிக்குமோ அதை மட்டுமே செய்

அதன் பலன் எதுவாக இருந்தாலும் பரவாயில்லை நாங்கள்

பார்த்துக்கொள்கிறோம் என்று எவ்வித எதிர்பார்ப்பும்

இல்லாமல் என் வாழ்வில் ஆரம்பம் முதல்

இன்று வரை துணை நிற்கும்

என்னுடைய அம்மா அப்பாவிற்கு இந்த புத்தகம் சமர்ப்பணம்.

எது கவிதை யார் கவிஞன்:-

எதுகை மோனை இல்லை உன் கவிதையில் என்று ஒருவர் கூற,

எதுகை மோனை இருந்தால் தான் அது கவிதை என்று

இன்னொருவர் கூற,

நீயெல்லாம் ஒரு கவிஞனே இல்லை என்று மற்றொருவர் கூற,

நானோ சற்றும் தடுமாறாமல் சிறுபுன்னகையுடன்

அவர்களுக்கெல்லாம் கூறுவது,

எதுகை மோனை இருந்தால் தான் கவிதை என்றால் எனக்கு

எதுகை மோனையுடன் கவிதை எழுதவும் தெரியும்.எழுதியும்

உள்ளேன்.

ஆனால் அவ்வாறு எழுதபடுவது மட்டும் கவிதை அல்ல. அதை

எழுதுபவன் மட்டும் கவிஞன் அல்ல. தன் மனதில் தோன்றும்

எண்ணங்களை தனக்கே உரிய பாணியில் எழுத்துக்களாக

மாற்றி அந்த எழுத்துக்கள் மூலைமுடுக்கிலுள்ள எல்லா

சாமானியனையும் அடைய வேண்டுமென்று நினைப்பவனும்

கவிஞனே அவ்வாறு எழுதபடுவதும் கவிதையே.....

பெண்கள் நாட்டின் கண்கள்:-

தந்தை அவன் பத்து நிமிடத்தில் உயிர் கொடுக்க.

தாய் அவள் பத்து மாதங்கள் சுமந்தெடுக்க.

பிறப்பது ஆணா பெண்ணா என்று தெரியாமல்

இருவரும் பரிதவிக்க.

பிறந்தது ஆண் என்றால் கொண்டாடுவதும்

பெண் என்றால் திண்டாடுவதுமாக பலர் இருக்க.

பிறப்பதற்கு முன்பே ஆண் செல்களை பின்னுக்கு தள்ளிவிட்டு

முன்னேறிய பெண் செல்களை பிறந்ததற்கு பின்பு ஆண்கள்

பின்னுக்கு தள்ளிவிட்டு முன்னேறி சென்று கொண்டிருக்க.

பெண்கள் பிறக்கும் போது குழந்தையாக வளரும் போது

சகோதரியாக பின்பு தாரமாக, தாயாக இறக்கும் போது

கிழவியாக ஆண்களால் பல இன்னல்களை சந்திக்க.

தனக்கு கிடைத்த பல வாய்ப்புகளை சந்தர்ப்ப சூழ்நிலையாலும்

ஆண்களின் சூழ்ச்சியினாலும் இழக்க.

ஓடு மீன் ஓட உறுமீன் வரும் வரை சாலக் காத்திருக்குமாம்

கொக்கு அதைப் போல பெண்களும் தனக்கான வாய்ப்பை

எதிர்நோக்கி காத்திருக்க.

அப்பப்பா என்னவென்று சொல்வது பெண்ணின்

பெருமைகளையும், அருமைகளையும் கிடைத்த ஒரு வாய்ப்பை

மிக சரியாக பயன்படுத்தி மருத்துவராக விஞ்ஞானியாக

விமானியாக, அரசியல்வாதியாக ஆசிரியராக, காவலராக

ஈ . த . வி னோ த் கு மார்

உருவெடுத்து பல துறைகளில் சாதித்து ஆண்களுக்கு சற்றும் சளைத்தவர்கள் அல்ல நாங்கள் என்று நிரூபித்து கொண்டிருக்கின்றனர்.

ஆணிற்கு பெண் அடிமை இல்லை என்றும் ஆணிற்கு பெண் நிகர் என்றும் பெண்ணுரிமைக்காக போராடும் அனைத்து பெண்களுக்கும் இக்கவிதை சமர்ப்பணம்...

செய் அல்லது செத்து மடி:-

அச்சம் விடு உச்சம் தொடு,
எதற்கும் அடிமை ஆகாதே,
அனுபவத்தை ஆசானாக்கு,
சமூகத்தில் மாற்றத்தை உண்டாக்கு,
விமர்சனங்களை உதைத்திடு.
எதிரிகளுக்கும் வாய்ப்பு கொடு,
துரோகிகளை களை எடு,
புறம் பேசுவதை அறவே தவிர்த்திடு,
சாதனை புரிய விழைவோர்க்கு வழி விடு,
வறுமையில் வாடுவோர்க்கு உதவிடு,
ஊனமுற்றோர்க்கு முன்னுரிமை கொடு,
வயதானவர்களுக்கு வழிகாட்டியாக இரு,
ஆதரவு அற்றவர்களுக்கு துணையாக இரு,
பெண்களின் உணர்வுகளுக்கு மதிப்பளி,
சூழ்நிலை எதுவாயினும் உண்மை பேசு,
வாய்ப்புகளை உருவாக்கி கொள்,
தடைகளை தடம் புரள செய்,
செய் அல்லது செத்து மடி என்பதில் உறுதிகொள்.

ஈ.த.வினோத் குமார்

கடல் மீது காதல் கொள்:-

அதி காலையில் எழு,

பிறை நிலவை ரசி,

பறவைளோடு கொஞ்சி பேசு,

பூக்களோடு உறவாடு,

நட்சத்திரங்களை எண்ணி மகிழ்,

மரங்களிடம் கதை கேள்,

கடல் மீது காதல் கொள்,

நிலவிடம் அழகை கடன் கேள்,

காற்றிடம் வேகத்தை கற்று கொள்,

ஆதவனிடம் நிறை குறை கூறு,

பூக்களிடம் தேன் திருடு,

அமாவாசையில் நிலவை தேடு,

கோடை மழையில் குளியல் போடு,

மேகத்திடம் கண்ணீர் களவாடு.

புல்லாங்குழல் இசையில் நனைந்திடு,

மார்கழி பனியில் புகைவிடு.

காலனோடு போட்டியிடு,

வானத்தின் நீளத்தை அளந்திடு.

சிலந்தி வலையில் மீன்பிடி,

கரையான் வீட்டை வாடகைக்கு விடு,

எறும்பின் விவசாய ரகசியத்தை அறிந்து கொள்.

இது தான் தாய் பாசமா:-

கருவேலங் காட்டுக்குள்ள கட்ட வெட்ட போன மகன்
பொழுது சாயும் நேரமாச்சு இன்னும் வீடு வந்து சேரலயே.

அட மழை பெய்யுது பூ(ஊ)த காத்தும் வீசுது ஒலியும் ஒளியும்
போட்டி போட்டுன்னு இடிக்குது.
நிலாவோ மேகத்துக்கு நடுவுல ஒளிஞ்சிக்கினு வரமாட்டேனு
அடம்புடிக்குது.

காத்து கருப்பு அடிச்சிருக்குமோ காட்டாறு வெள்ளதுல
அடிச்சுட்டு போயிருப்பானோ இப்படி வெவரமொன்னும்
அறியாம தாய் மனசு இங்க தவிக்குது.

புள்ளி மானை வேட்டையாட காத்திருக்கும் சிறுத்தை புலியை
சிங்கம் போல வேட்டையாடி எம்புள்ள வாரயில பெத்த வயிறு
எரியுது ஒத்த உசுரும் போகுது.

மானோட உயிர் காக்க தன்னோட உயிர பணயம் வச்ச என்
மகன ஊரெல்லா புகழ்ந்து பேச நான் மட்டும் யேசுரனே இது
தான் தாய் பாசமா!

ஈ.த.வினோத் குமார்

நடுத்தர குடும்பம்:-

அடியே அலமேலு அடுத்த வூட்டு கதையெல்லா
நமக்கெதுக்குடி.

என் சக்திக்கு ஏத்தா போல சம்பாதிச்சி தார அத வச்சி குடும்பம்
நடத்துர வேலையபாருடி.

அடுத்த வூட்டு கார ஆடி காருல போன நமக்கென்ன.
எதிர்வூட்டு கார ஏரோபிளான்ல போன நமக்கென்ன.

வேரலுக்கேத்த வீக்கத்த போல
நமகேத்த வண்டி ஹீரோ இருக்கு.

ஆடி மாசம் ஆப்பர்ல பாதி ரேட்டுக்கு தாரங்களா
நா போயி வரதங்கிட்ட நாலு வட்டிக்கு துட்டு வாங்கியார்ர.
நீ போயி துணிமணிய எடுத்து வைடி.

அந்த வண்டிய தவணை மொறையில வாங்கினு தஞ்சாவூர் போய்
ஒரு எட்டு பாத்துட்டு வரலா..

விவசாயத்தின் அருமை:-

முனுசாமி மகளே முனியம்மா
உனக்கு மூணு முடிச்சி போடுற வாடியம்மா.

என்ன முந்தானையில முடிய நெனைக்காதடி
மாம மொரட்டு காளைனு தெரிஞ்சுகோடி.

அஞ்சாறு புள்ள குட்டி பெத்துக்க ஆசையாடி அதுங்கல கரை
சேக்க தெம்பிருந்தா பெத்துக்கலாம்டி.

ஆசைக்கொன்னு அந்தஸ்துகொன்னு போதும்னா ரெண்டோட
கூட நிப்பாட்டிக்கலாம்டி.

டாக்டருக்கு ஒன்னு இன்ஜினீரிங்கு ஒண்ணுன்னு படிக்க
வைக்கலாமாடி இல்ல ரெண்டுத்தையும் விவசாயம் பண்ண
வைக்காலமாடி.

டாக்டரோ இன்ஜினீரிங்கோ படிச்ச நமக்கு மட்டும் தான்
சோறுடி விவசாயம் பண்ணா ஊருக்கே சோறுடி.

நமக்கு ஒண்ணு ஊருக்கு ரெண்டுன்னு பெத்துக்கலாம்டி
நம்மோடு சேர்ந்து ஊரையும் வாழ வைக்கலாம்டி.

 ஈ.த.விேனாத் குமார்

காதலின் ஏக்கம்:-

ஒத்தையடி பாதியிலே ஒய்யாரமா போர புள்ள
ஒத்த வார்த்தை பேசுன என்ன கொறைஞ்சா போயிடுவ.

ஒத்த கண்ணு பார்வையால என்ன கிறுக்கு புடிக்க வைக்காத
ஒத்த கால் செருப்பாட்டம் நான் பித்து புடிச்சி போயிடுவ.

நேத்து கூட கனாவுல வந்து காது கடிச்சி போனியே
காதுல காதல சொல்லி என்ன சாச்சிபுட்டியே.

ஏண்டி புள்ள மனசுக்குல்ல திரிய வைக்குற
எரிமல போல அதை எறிய வைக்குற.

உன்ன தவிர வேற யாரும் மனசுல இல்லடி
உம்பேர தவிர வேற ஏதும் நெஞ்சில இல்லடி.

உ நெனப்பு வாரையில மார்கழியிலும் வேர்க்குதடி
உன்ன காணாத நேரமெல்லாம் நரகமா மாறுதடி.

கிராமத்தின் அழகு:-

மார்கழி மாதம் அதிகாலை நேரம்.

மேகங்களை போன்ற பனி மூட்டம்.

கோழி கூவுவதற்கு முன்பே எழும் கிராம வாசிகள்.

பிள்ளையார் கோவில் சுப்ரபாதம்.

தெருவில் கோலம் போடும் இளவட்டங்கள்.

அவர்களின் அழகை ரசித்துக் கொண்டிருக்கும் காளையர்கள்.

குளிர்ந்த நீரில் குளித்துவிட்டு கோவில் சுத்தும் பெண்கள்.

பக்கத்து ஊரு தேநீர் கடை நோக்கி படையெடுக்கும் ஆண்கள்.

தேநீர் கடையில் ஒலிக்கும் பழைய பாடல்கள்.

பறவைகள் மற்றும் பூச்சிகளின் இசை கச்சேரி.

இவை அனைத்தையும் கண்களால் படம்

பிடித்துக்கொண்டிருக்கும் நான்.

நான் பிடித்த படத்தை பார்த்து ரசித்து கொண்டிருக்கும் நீங்கள்..

தலைவியை வர்ணித்தல்:-

கண்டாங்கி சேல காரி

கார்மேக கொண்ட காரி

கருவேப்பில வாச காரி

காஞ்ச மொளகா சொல்லு காரி

கருநீல கண்ணு காரி

கழுகு பார்வ காரி

கட்டுமர ஓடம்பு காரி

காத்தாடி மனசு காரி

கருங்குயில் பேச்சு காரி

காக்கா நெறத்து காரி

கடை வீதியில நீ வாரையில

பஞ்சிமிட்டாய் கணக்கா மாம கரையிரண்டி.

முற்று பெறாத காதல்:-

ஆத்தங்கர ஓரத்துல மாமன் அவன் காத்திருக்க,

ஆத்துல குளிக்க அத்த மவ அங்க வர,

காதலிக்க என்ன விட சிறந்த இடமுண்டோனு

ஆத்தங்கர கேக்க,

அந்த காதலுக்கு அரச மரம் காவலிருக்க,

ஆல மரம் சாட்சியா இருக்க,

காக்கா குருவியெல்லா வாழ்த்து சொல்ல,

ஆத்துல வர வெள்ளம் போல அப்பங்கார அங்க வர,

புயல் போல கெளம்பி புள்ள அவன் போனானே....

தலைவனின் வீரம்:-

மெரினா கடற்கரையோரம் சாயங்காலம் வேலையில
குதிரை சவாரி நா போகையில,

கருப்பு கண்ணாடி அணிந்த கன்னி ஒருத்தி அங்க வர,

காளையர் கூட்டமொன்னு அவ பின்னால வந்து தொல்லை
பண்ண,

ஜல்லிக்கட்டுல சீறிகினு வரும் காளைங்கள அடக்குற மாதிரி
நானும் அவங்கள அடக்க,

செவுத்துல ஓட்டுன பல்லியாட்டம் கன்னி அவ என்ன வந்து
சேந்தாளே..

காதல் தொல்லை:-

என் உள்ளத்தை உளவு பார்க்க நினைக்காதே.

உன் நினைவுகளால் நிரம்பி வழியும்

என் மூளைக்கு தொல்லை கொடுக்காதே.

கால் கிலோ இதயத்தை கூறுபோட்டு விக்காதே.

எனக்கு சமாதி செய்ய கால் விரலால் பள்ளம் தோண்டாதே.

கட்டிலுக்கும் போர்வைக்கும் இடையில் புதிய பொருள்
தேடாதே.

சுயநலமான உலகில் சுயநலமற்ற ஓர் உறவு அம்மா.
அம்மா என்ற ஒற்றை வார்த்தையில் இயங்கி
கொண்டிருக்கின்றது இந்த உலகம்.

நாம் ஒரு பொருளை பத்து நிமிடம் தோளில் சுமக்கவே
கஷ்டபடும்போது
அவள் எப்படி பத்து மாதம் ஒரு குழந்தையை சுமந்து
இருப்பாள்.
சுமப்பது என்பது அவளுக்கு புதியதல்ல,
மனதில் தன் கணவனையும் குடும்பத்தையும் வாழ்நாள்
முழுதும் சுமக்கும் அவளுக்கு பத்து மாதம் வயிற்றில் சுமப்பது
தான் புதியது.

உடல் வலிமையை விட உள்ளத்திற்கு வலிமை அதிகம்
என்பதை உணர்ந்தவள்.
அதனால் தான் கருவறை வலியை இன்பமாக்கி, உடல்
வேதனையை பெரியதாக நினைக்காமல் தன் குழந்தையை
நலமாக பெற்றெடுக்க நினைக்கும் ஒவ்வொரு தாயும் கடவுள்
தான்.
தாய்மையை போற்றுவோம்
அவளுடன் கருணையோடு வாழ்வோம்.

ராமன் தேடிய சீதை நீ:-

ஆறடி ஆண்மகனையும் ஆச்சரியத்தில் ஆழ்த்தும்
அதிசய பதுமை நீ.

காதலை வெறுத்தவனையும் காதலிக்க செய்யும்
சூனியகாரி நீ

எப்பொழுதும் உன்னை பற்றியே நினைக்க செய்யும்
மந்திரகாரி நீ.

தோண்ட தோண்ட கிடைக்கும்
புதையல் நீ.

ஏழு கடல் தாண்டி கிடைக்கும்
பொக்கிஷம் நீ.

என்றும் திகட்டாத தித்திக்கும்
மாங்கனி நீ.

ராமன் தேடிய சீதை நீ.

காதலின் பிரிவு:-

உன்னுடைய கூந்தலின் இயற்கை மணமும்,
நீ நெற்றியில் இடும் திலகத்தின் அழகும்,
உன்னுடைய கூர்மையான பார்வையும்,
உன்னுடைய குழந்தை குணமும்,
என் தாயிற்கு அடுத்ததாக என் மேல் நீ காட்டிய பாசமும் தான்
உன்னை நான் இன்றளவும் காதலிக்க காரணமாய்
இருக்கின்றது........

காதல் கவிதை:-

காதலித்தால் கவிதை வரும் என பலர் கூற கேள்விப்பட்டேன்
ஆனால் உன்னைக் கண்ட பின்பு தான் நானும் கவிஞன்
என்பதை உணர்ந்தேன்...

இது தான் காதலா:-

அழகான பெண்ணை பார்த்தால் கவிதை வரும்.

அன்பான பெண்ணை பார்த்தால்

காதல் வரும். ஆனால்

உன்னை பார்க்கும்போது மட்டும் ஏனோ இந்த இரண்டையும்

தாண்டி ஏதோ ஒரு இனம் புரியாத உணர்வு வந்தது.

அப்போது தான் புரிந்துக்கொண்டேன்

நீ என் காதலி அல்ல எனக்கு இன்னொரு தாய் என்று.

என்னை பிரிந்தாலும், மறந்தாலும்,

காதல் என்பதை நீ நினைக்கும் ஒவ்வொரு நிமிடமும்

உன்னிடம் இருப்பேன், உனக்காக வாழும் ஒரு இதயமாக!

ஈ.த.வினோத் குமார்

காதல் கடல்:-

காதல் என்னும் கடலில்

மூழ்கி கிடக்கின்றேன் ஒரு முத்தாக....

அதை கவனமாக எடுப்பதும்

கவனமின்றி தொலைப்பதும்

உன்னிடம் தான் இருக்கின்றது...

காதலின் நினைவு:-

உந்தன் நினைவலைகளின் தாக்கத்தினால் நிகழ்

நிலை(ஆன்லைன்)யிலும் பின்தொடர்கின்றேன் உன் நிழலாக

நீ பேசும் ஒரு வார்த்தைக்காக......

காதலின் ஆளுமை:-

என்னை ஆளுகின்ற அன்பாக நீ இருந்தால்,

என்னவளே உனக்கு ஆயுள் முழுவதும் அடிமையாக நான்

இருப்பேன்....

என்னுடைய ஆயுள் காலம் எப்போது முடியுமென்று எனக்கு

தெரியாது,

ஆனால் உனது அன்பு இருக்கும் வரை தொடர்ந்துக்கொண்டே

தான் இருக்கும் ஒரு தொடர் வண்டியைப்போல......

எழுது கோலின் ஆனந்தம்:-

நான் கவிதை எழுத வேண்டுமென்று எழுதுகோல் எடுக்க அந்த

எழுதுகோலும் ஆனந்தத்தில் துள்ளுகின்றதடி

நான் எழுதபோகும் கவிதை உன்னை பற்றியது என்று அறிந்து....

கவிஞர்:-

ஒரு கவிஞராக வெற்றியடைந்தவர்களில்
பெரும்பாலானோர் காதலில் தோல்வியடைந்தவர்களே!

தொலைதூர காதல்:-

தொலைதூர காதலின் நினைவானது மிகவும்
இனிமையானதாகும்.
அந்த நினைவானது நிலவிலிருந்து புறப்படும் மெல்லிய
கதிர்களைப் போல மென்மையாகவும், இனிமையாகவும் நம்
இதயத்தில் விழுகிறது.

எழுதுகோலின் நாணம்:-

அடியே என்று நான் ஆசையாக கூப்பிட,

மாமா என்று அவள் ஆசையாக ஓடி வர,

அவள் கால்கள் இரண்டும் தரையில் மெட்டு போட,

அவள் கால் கொலுசுகள் இரண்டும் இசைபாட,

நானோ அதற்கு கவிதை எழுத நினைக்க,

ஏனோ உன்னோடு சேர்த்து என் எழுதுகோலும் நாணத்தில்

மூழ்கியதடி.

அழகு நிரந்தரமில்லை:-

அழகிய மலர்கள் விரைவில் வாடுவதைப்போல அழகினை

மையமாக கொண்டு உருவாகும் காதலும் விரைவில் தோல்வி

அடையும்.....

ஈ.த.விநோத் குமார்

மனிதனுக்குள் மிருகம்:-

உயிரற்ற சிலைகளின் தேகத்தை மறைக்க ஆடை உடுத்தி அழகு பார்க்கும் இந்த மாமனிதர்கள் உயிருள்ள பெண்களின் தேகத்தில் இருக்கும் ஆடையை மட்டும் அகற்றி அலங்கோலம் செய்வதேனோ!

அனுபவம்:-

நடந்தது எதுவாக இருந்தாலும் நடந்ததை எண்ணி ஒருபோதும் கவலை கொள்ளாதே ஏனெனில், நல்லது எனில் ஆனந்தத்தையும், கெட்டது எனில் அனுபவத்தையும் தந்து விட்டு செல்ல போகிறது.

காதலின் நிலைகள்:-

காயமடைந்த இறந்த காலமோ ஒரு இனிமையான நினைவகம்
போல தினமும் என்னை பின் தொடர்கிறது.
எதிர்காலமோ தவறான பாதையில் செல்லாதே என்று
எச்சரிக்கிறது.
நிகழ் காலமோ கடைசி வரை உன்னுடன் கைகோர்த்து நடக்க
ஆசைப்படுகிறது...

இதயம் எனும் பூட்டு:-

என் இதயம் எனும் பூட்டை
உன் அன்பு எனும் சாவியைக் கொண்டு திறந்து பார்த்தால்
அதில் தெரிவதென்னவோ உன்னுடைய அழகான உருவம்
தான்.
நீ எதிர்நோக்கும் பார்வை எனக்கானது என்றால்
நீ செலவழிக்கும் ஒவ்வொரு கணமும் எனக்கானதாக
இருந்தால் ..
நீ நினைக்கும் ஒவ்வொரு எண்ணமும் எனக்கானது என்றால் ..
எனது வாழ்க்கையை உனக்காக சமர்பிக்கின்றேன்.
நீ என்னை சேரும் நாளை எண்ணி காத்திருக்கின்றேன்...

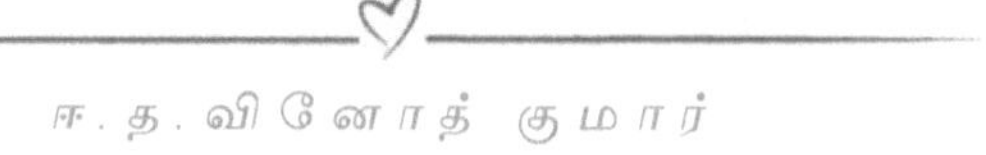

ஈ.த.விநோத் குமார்

அன்பு:-

அன்பு என்பது ஒரு அருமருந்து. தேவையான அளவு இருந்தால் வாழ்வை நல்வழிப்படுத்தும். அதுவே அளவுக்கு மீறினால் விஷமாகி வாழ்க்கையையே அழித்துவிடும்...

வாடகை:-

என் இதயம் என்னும் அறையில் குடியேறியவளே முன் பணத்தையும் வாடகையையும் எப்பொழுது கொடுக்க போகிறாய்.

முன் பணமாக நான் உன்னை காதலிக்கிறேன் என்ற வார்த்தையையும் வாடகையாக ஒரு நாள் ஒரு முத்தம் வீதம் ஒரு மாதத்திற்கு முப்பது முத்தங்கள் கொடுத்தால் போதுமானது.

நான் இளகிய மனம் கொண்டவன் என்பதால் இத்துடன் நிறுத்திக் கொள்கின்றேன்.

ஒரு வருடங்கள் கழித்து வாடகை இரட்டிப்பாகவும் வாய்ப்பு உண்டு என்பதையும் தெரிவித்து கொள்கிறேன்.

நான் ஒன்றும் புத்தகம் அல்ல:-.

பார்த்தவுடனே தெரிந்துக்கொள்வதற்கும்,
பேசியவுடனே புரிந்துக்கொள்வதற்கும்
நான் ஒன்றும் புத்தகம் அல்ல.
எனக்கும் இதயமுண்டு காதலிக்கவிடுங்கள்.
எனக்கும் மூளையுண்டு யோசிக்கவிடுங்கள்.
எனக்கும் உயிருண்டு வாழவிடுங்கள்..

வாழ்க்கை:-

வாழ்க்கை வாழ்வதற்கேயன்றி சாவதற்கல்ல.
வாழ்க்கையில் வளர்ச்சிக்கும் வீழ்ச்சிக்கும் சம பங்குண்டு..

வளர்ச்சி இருக்கும் இடத்தில் வீழ்ச்சிக்கு இடமில்லை.
வீழ்ச்சி இருக்கும் இடத்தில் வளர்ச்சிக்கு இடமில்லை.
இவை இரண்டும் ஒருசேர இருப்பதுமில்லை.

யாரெல்லாம் வளர்ச்சியையும் வீழ்ச்சியையும்
ஒரே மாதிரியாக கையாளுகின்றார்களோ
அவர்கள் வாழ்ந்து கொண்டிருக்கின்றார்கள்.
கையாள தவறுகின்றவர்கள் மாண்டு கொண்டிருக்கின்றார்கள்.

ஈ.த.வினோத் குமார்

ஒத்துழைப்பு:-

காதலாயினும் சரி கவிதையாயினும் சரி உடலும் மனமும் ஒத்துழைத்தால் மட்டுமே அது ஒதுங்காமல் வரும். இரண்டில் ஒன்று ஒத்துழைக்காவிடினும் ஒதுங்கி மட்டுமல்ல சில சமயம் அடங்கியும் விடும்...

எது கெடும்:-

அளவுக்கு அதிகமானால் அமிர்தமும் கெடும்.
பெற்றோர் கண்டிக்காத பிள்ளையும் கெடும்.
அதிக கடன் சுமையால் வாழ்வும் கெடும்.
பிடித்த உறவின் பிரிவால் இன்பமும் கெடும்.
அதிக பணத்தின் வரவால் அமைதியும் கெடும்.
மிகுந்த சினத்தால் செய்யும் அறமும் கெடும்.
சிந்திக்காமல் செய்யும் வேலையும் கெடும்.
கடும் கோவத்தால் மனித வாழ்வே கெடும்....

வெற்றி கனி:-

வெற்றியின் பாதையில் பயணிக்கும் உனக்கு சில தடுமாற்றங்களும் தடைகளும் வரலாம்...ஆனால் அந்த தடுமாற்றங்களையும்,தடைகளையும் தகர்த்தெறிந்து உனக்கான பாதையில் நீ தொடர்ந்து சென்றுகொண்டிரு வெற்றி எனும் கனி நிச்சயம் ஒரு நாள் உந்தன் கரம் வந்தடையும்...

தோல்வியும் தனிமையும்:-

தோல்வியும் தனிமையும் கற்று கொடுக்கும் பாடத்தை இவ்வுலகத்தில் வேறு எவராலும் கற்று கொடுக்க முடியாது. தோல்வி செய்த தவறை திருத்திக் கொண்டு எவ்வாறு வெற்றி அடைய வேண்டும் என்று கற்றுகொடுக்கிறது.
தனிமை யாரை நம்பவேண்டும் எப்படி வாழ வேண்டும் என்று கற்று கொடுக்கிறது.

ஈ.த.விஜனாத் குமார்

அப்பா:-

தன் பிள்ளையை ஒன்பது மாதங்கள் வயிற்றில் சுமப்பது அம்மா
என்றால்,
தன் பிள்ளையை கால்நூற்றாண்டு தோளில் சுமப்பது அப்பா.

வீட்டில் சம்பளமே இல்லாமல் வேலை செய்வது அம்மா
என்றால்,
தன் சம்பளம் முழுவதையும் வீட்டிற்காகவே செலவு செய்வது
அப்பா.

என்ன வேண்டுமென்று கேட்டாலும் சமைத்து கொடுப்பது
அம்மா என்றால்,
என்ன வேண்டுமென்று கேட்டாலும் வாங்கிக் கொடுப்பது
அப்பா.

அம்மாவுக்கு அலமாரி நிறைய பல வண்ணங்களில்
புடவைகளும் துணிகளும் இருக்கும்.
ஆனால் அப்பாவுக்கோ வெண்மை நிறத்தில் இரண்டே
இரண்டு வேட்டி சட்டை தான் இருக்கும்.

அம்மா அப்பா இரண்டு பேருடைய அன்பும் சமமே ஆனாலும்,
அம்மாவுக்கு வந்த பெயர் முன்பு அப்பாவின் பெயர் காணாமல்
போய்விட்டது.

 வினோவின் அனுபவ வரிகள்

கை பேசியிலும் அம்மாவின் பெயர், அடிபட்டாலும் அம்மா
என்ற குரல், நமக்கு அவசர நேரங்களைத் தவிர்த்து மற்ற
நேரங்களில் நியாபகம் வராததால் அப்பா எப்போதாவது
கஷ்டப்பட்டது உண்டா!

குழந்தைகளின் அன்பை பெறுவதிலும் கூட அப்பா ஏனோ
இன்றும் தோற்று தான் போய்கொண்டிருகின்றார்.
நம்முடைய அன்பை பெறுவதில் தோற்றாலும் நம்மை வெற்றி
பாதையை நோக்கி கொண்டு செல்வதில் தோற்றதில்லை.

நம் அனைவரின் வெற்றியின் பின் அப்பா இருக்க
காரணம் அவர் நம் அனைவருக்கும் முதுகெலும்பு போல
செயல்படுவது தான்.
முதுகெலும்பு பின்னால் இருப்பதால் தானே நாம் அனைவரும்
நிமிர்ந்து நின்றுக்கொண்டிருக்கின்றோம்

ஓவியம்:-

காதலும் காமமும் சேர்ந்து உருவாக்கிய
அதிசயான பதுமை நீ.
இலக்கணமும் இலக்கியமும் சேர்ந்து உருவாக்கிய
அழகான எழுதிய கவிதை நீ.
எழுதுகோலும் காகிதமும் சேர்ந்து வரைந்த
அற்புதமான ஓவியம் நீ.
உளியும் கல்லும் சேர்ந்து செதுக்கிய
அழகான சிலை நீ.
குரலும் இசையும் சேர்ந்து பாடிய
இனிமையான பாடல் நீ.
மரமும் உரமும் சேர்ந்து உருவாக்கிய
சுவையான பழம் நீ.
நீரும் நிலமும் சேர்ந்து உருவாக்கிய
பசுமையான இயற்கை நீ.

பெண் எப்படி இருக்க கூடாது:-

காற்றால் நெருப்பை உருவாக்கவும் முடியும்.

கட்டுப்படுத்தவும் முடியும்.

அழிக்கவும் முடியும்..! ஆனால்,

நெருப்பால் காற்றை உருவாக்கவும் முடியாது.

கட்டுப்படுத்தவும் முடியாது. அழிக்கவும் முடியாது.

அதுபோல ஒரு பெண் என்பவள் நெருப்பை போன்று

இல்லாமல், செயல் திறன் மிக்க காற்றை போன்று

உருவாக்கியும், கட்டுபடுத்தியும், அழித்தும் சரித்திரம் படைக்க

வேண்டும்.

மழை:-

மழை எப்பொழுது வரும் எவ்வாறு வரும் என்று குழந்தைகள்

உங்களிடம் கேட்கும்போது கடவுளை வேண்டிக்கொண்டால்

கடவுள் நமக்கு மழை கொடுப்பார் என்று கூறுவதை தவிர்த்து

நாம் ஒரு மரம் நட்டால் ஒரு துளி மழை வரும் என்றும், நாம்

எத்தனை மரங்களை நடுகின்றோமோ அத்தனை மழை துளிகள்

வரும் என்றும் சொல்லுங்கள்.

நீங்கள் இன்று அவர்கள் மனதில் விதைக்கும் நல்ல

எண்ணங்கள் தான் நாளை அவர்கள் நிலத்தில் விதைக்கும்

விதைகளாக மாறும்..

 ஈ.த.வினோத் குமார்

எதுவும் நிரந்தரம் இல்லை:-

வருவது எதுவாயினும் ஏற்றுக்கொள்.
செல்வது எதுவாயினும் விட்டு விடு.
எதையுமே வேண்டாமென்று சொல்லாதே அது
வருவதாயினும், செல்வதாயினும்.
ஏனெனில் இவ்வுலகில் எதுவுமே நிரந்தரமில்லை.

திட்டங்கள்:-

யார் வேண்டுமானாலும் திட்டங்கள் பல வகுக்கலாம் ஆனால்,
பணம் ஒன்று தான் தீர்மானிக்கின்றது யார் என்ன செய்ய
வேண்டுமென்று.....

பெற்றோர்கள்:-

நாம் யாரை வேண்டுமானாலும், எத்தனை பேரை வேண்டுமானாலும் நேசிக்கலாம் அதில் வெற்றியும் கொள்ளலாம். ஆனால் நம்மை நேசிப்பதில் வெற்றி கொள்வதென்னவோ நம்முடைய பெற்றோர்கள் மட்டும் தான்.. இவர்களின் அன்பிற்கு முன் மற்றவர்களின் அன்பெல்லாம் காணாமல் தான் போகும்..

மரியாதை:-

நமக்கு மரியாதை இல்லாத இடத்தில் நாம் கூறும் வார்த்தைக்கும் மரியாதை இருக்காது. அந்த இடத்தில் நாம் கூறுவது உண்மையே ஆயினும் தோற்று தான் போகும்.

நிம்மதி:-

பிறருக்கு கொடுக்கும் எண்ணம்
இல்லையென்றாலும் பரவாயில்லை
பிறரை கெடுக்கும் எண்ணம் இல்லாமல் இருந்தால் போதும்
வாழ்க்கையில் நிம்மதியாக வாழ்ந்திடலாம்..

மரணம்:-

ஒருவரை மனப்பூர்வமாக காதலிக்க ஆரம்பித்தால், அந்த காதல்
இறுதி மூச்சு இருக்கும் வரை மட்டுமல்ல இறுதி மூச்சு நின்ற
பிறகும் தொடரும்.
மரணம் காதலிக்கும் மனிதர்களுக்கு மட்டுமே அந்த
காதலுக்கல்ல....

தொலைதூர காதல்:-

நீ வேண்டும் என்றும் சொல்ல முடியவில்லை.
நீ வேண்டாம் என்றும் சொல்ல முடியவில்லை.

உன்னுடன் சேர்ந்தும் இருக்க முடியயவில்லை.
உன்னை பிரிந்தும் இருக்க முடியயவில்லை.

ஆனால் என்னால் ஒன்று மட்டும் உறுதியாக சொல்ல முடியும்.
உன்னை இந்த ஜென்மத்தில் மட்டுமல்ல இன்னும் எத்தனை
ஜென்மம் எடுத்தாலும் மறக்க முடியாதென்று....

வரலாற்று நாயகனின் மறைக்கப்பட்ட வரலாறு:-

இந்திய வரலாற்றின் ஒப்பற்ற நாயகன்
வரலாற்றை அலைக்கழிக்கும் ஒர் அழியா சரித்திரம் நேதாஜி
சுபாஷ் சந்திர போஸ்.
நிமிர்ந்த நன்னடையும் நேர்கொண்ட பார்வையும் இவருக்கே
உரியதான ஒன்று.
வன்முறை கொடிது,அதனினும் கொடிது அடிமைத்தனம் என
உலகிற்கு எடுத்துரைத்தவர்.

அகிம்சையினால் வரலாற்றில் எந்தவொரு மாற்றத்தையும்
கொண்டுவர முடியாது என்றறிந்து இளைஞர்களிடையே
சுதந்திர தீயை மூட்டி, ஆங்கிலேயர்களுக்கு எதிராக
ஆயுதப்படையை திரட்டி மாபெரும் புரட்சித் தீயை
ஏற்படுத்தியவர்.

அன்றைய ஆங்கில ஏகாதிபத்தியத்திற்கு மிகப்பெரிய
தலைவலியாய் விளங்கியவர்.நம் நாட்டிலுள்ள அனைத்து
இளைஞர்களின் கனவாய் வாழ்ந்தவர்.

இவரின் சிறிய ஆயுதப்படையை கண்டு ஆங்கிலேயர்களின்
பெரும்படையும் அஞ்சி நடுங்கியது.இவரின் படைக்கு
அஞ்சிய ஆங்கிலேய அரசும் நம் நாட்டிற்கு விடுதலை அளிக்க
எண்ணியது.ஆனால் நேதாஜி சுபாஷ் சந்திர போஸ் என்ற

ஒற்றை மனிதன் உருவாக்கிய படைக்கு பயந்து விடுதலை
அளித்தால் அது நமக்கும் நம் நாட்டிற்கும் அவமானம்
என்றெண்ணிய அன்றைய ஆங்கிலேய அரசு அச்சமயத்தில்
மகாத்மா காந்தியின் தலைமையில் நடைபெற்ற அகிம்சை
போராட்டத்திற்காக சுதந்திரம் அளிப்பதாக அறிவித்தனர்.

ஆங்கிலேய அரசின் சூழ்ச்சியால் மறைக்கப்பட்டது நாம்
நாட்டிற்கு சுதந்திரம் கிடைத்த வரலாறு.
நேதாஜியின் தலைமையின் கீழ் நம் நாடு சுதந்திரம்
பெற்றிருந்தால் நம் நாடு என்றோ வல்லரசாகி இருக்குமென்பது
யாராலும் மறுக்க முடியாது ஒன்றாகும்.

இவரது சுதந்திர முழக்கங்களும் போராட்டங்களும்
அழியாப்புகழ் பெற்றவை. இன்று பள்ளிகள் முதல் போர்
முனைகள் வரை ஒவ்வொருவரும் சொல்லிவரும் ஜெய் ஹிந்த்
என்ற தாரக மந்திரத்தை உருவாக்கியவரும் இவர் தான். இந்த
வார்த்தையைச் சொல்லும்போதெல்லாம் நமக்குள் எழும் அந்த
தேசப்பற்று தான் அந்த மாபெரும் மனிதனுக்கு நாம் அளிக்கும்
காணிக்கை.

வாழ்வின் ஒவ்வொரு நொடியிலும் நம் தாய் நாட்டின்
சுதந்திரத்தையே நினைத்துக்கொண்டிருந்த ஒரு மாமனிதனை
நாம் ஒரு நொடியும் மறக்கக் கூடாது. அதுவே அவருக்கு நாம்
செய்யும் மிகப்பெரிய மரியாதை.

ஜெய் ஹிந்த்...

காதலின் வலி:-

கண் மூடும் வரை தொடரும் நம் காதல் என்றாய் ஆனால்,
கண் சிமிட்டும் நொடியில் நின்றது ஏனோ!

கடைசி வரை உன்னோடு கைகோர்க்க ஆசைப்பட்ட என்னை
கண் கலங்க விட்டு சென்றது ஏனோ!

காதலில் நம்பிக்கை இல்லாதவனாய் இருந்த என்னை காதல்
ஒன்றே நம்பிக்கை என இருக்க வைத்தது ஏனோ!

உடலும் உயிரும் போல் என்றும் சேர்ந்து இருப்போம் என்றாய்
இப்போது உடலை இங்கு விட்டு உயிரை மட்டும் எடுத்து
சென்றது ஏனோ!

என் அம்மாவிற்கு அடுத்ததாக என்மீது நீ காட்டிய
அன்பைக்கண்டு உன்னையும் என் அம்மாவிற்கு நிகராக
நினைக்க வைத்தாய்.

ஆயிரம் உறவுகள் என்னுடன் வாழ்ந்தாலும், நான் மட்டும்
உன்னுடன் செலவழித்த நாட்களை நினைத்து
வாழ்ந்துகொண்டிருக்கிறேன்.

நாம் பிரிந்தது காலத்தின் கட்டாயம் என்றாலும், அதில் எனக்கும்
பங்குண்டு என்பதை நினைத்து வருந்துகிறேன்.

 விநோவின் அனுபவ வரிகள்

பாட்டி:-

பாட்டி வெறும் சொல் அல்ல அது ஒரு தலைமுறையின்
அடையாளம்.

அன்பின் பொருள் அம்மா என்றால்
அன்பின் அகராதி பாட்டி.

அம்மாவின் மறு உருவம் குழந்தை என்றால்
அம்மாவின் மறு பிம்பம் பாட்டி.

தன் பிள்ளைகளை மட்டும் நேசிப்பவள் அம்மா என்றால் தன்
பிள்ளைகளோடு சேர்த்து அவர்கள் பிள்ளைகளையும்
நேசிப்பவள் தான் பாட்டி.

பறவைகளின் சரணாலயம் வேடந்தாங்கல் என்றால்
குழந்தைகளின் சரணாலயம் பாட்டி வீடு.

பாட்டி இருந்தாலும் இறந்தாலும் நாம் இறக்கும் வரை பாட்டி
வீடு பாட்டி வீடு தான்.அது ஒருபோதும் தாத்தா வீடு ஆகாது.

பாட்டியின் அன்பு அவ்வளவு சீக்கிரம் மறப்பதற்கு கடுகளவு
சிறியது ஒன்றுமில்லை.
அது கடலை விடவும் பெரியது.

தண்ணீர் இல்லா நிலம் பாலைவனம் என்றால்
பாட்டி இல்லாத வீடு உயிர் இல்லாத உடலுக்கு சமம்.

ஈ.த.வினோத் குமார்

வைரம்:-

ஒரு நபரின் தற்போதைய நிலைமையை வைத்து அவரின் எதிர்காலத்தை நிர்ணயிக்காதீர்கள்.

ஏனென்றால் நாளை என்ற வார்த்தைக்கு எவ்வளவு சக்தி இருக்கிறதென்றால் அது ஒரு சாதாரண கல்லைக்கூட வைரமாக மாற்றி விடக்கூடிய ஆற்றல் உடையது.....

கவருதல்:-

கண்களால் கவர்ந்தவர்களை கண்மூடி திறக்கும் நொடியில் மறக்க முடியும். ஆனால் மனதால் கவர்ந்தவர்களை மரணம் தன்னை ஆட்கொள்ளும் தருணத்திலும் மறக்க முடியாது.

நம்பிக்கை துரோகி:-

நூறு எதிரிகளை காட்டிலும் ஒரு நம்பிக்கை துரோகி மிகவும்
ஆபத்தானவன்.
உன் நலம் விரும்பியை என்றும் வெறுக்காதே
தன் நலத்திற்காக உன் நலம் விரும்பியை என்றும் நேசிக்காதே.

இலட்சியம்

யாரையும் தேடி சென்று உன்னுடைய இலட்சியம்
என்னவென்று சொல்ல வேண்டிய அவசியம் உனக்கு இல்லை.
உன்னுடைய இலட்சியத்தை அடையும் போது அவர்களே
உன்னை தேடி வருவார்கள்.

வெகுமதி:-

நேர்மறை சிந்தனை உடையவன்
எதிர்மறை விமர்சனத்தை உடைத்து
நேர்மையான வழியில் பயணித்து
எதிர்பவனை எல்லாம் தோலுரித்து
வெற்றி கோட்டையை அடைவான்.
வெகுமதி பலவற்றை பெறுவான்.

போராடு:-

போராட வேண்டும் என்று நினைத்தால்
உன்னுடன் நீயே போராடு.
வெற்றி பெற வேண்டும் என்று நினைத்தால்
உன்மீது நீயே வெற்றிகொள்.
உன்னை நீயே வென்றால்
இந்த உலகத்தை வென்றதற்கு சமம்.

வாய்ப்புகள்:-

வாய்ப்புகள் பல வரலாம்.

அதில் ஒன்றே உனக்கானதாக இருக்கலாம்.

அந்த ஒரு வாய்ப்பை மறந்தும் தவறவிடாதே...

ஒரு நிமிட கவனக்குறைவால் நாம் தவறவிட்ட வாய்ப்பானது

பல வருடங்கள் காத்திருந்தும் கிடைக்காமல் போகலாம்..

வாழ்க்கை ஒரு தேர்வு:-

வாழ்க்கை என்பது மிகவும் கடினமான தேர்வு. இதில் பலர்

தோல்வியடையக் காரணம், ஒவ்வொருவருடைய

கேள்வித்தாள்களும் வித்தியாசமானது என்பதை உணராதது

தான்..

உணர்ந்தவன் வெற்றியை ருசிக்கிறான்.

உணராதவன் தோல்வியை புசிக்கிறான்.

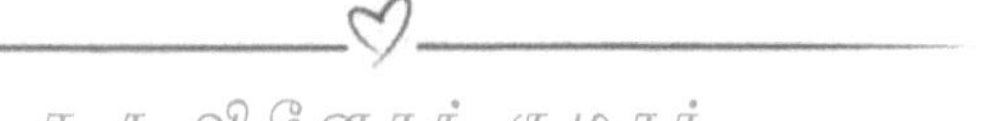

ஈ.த.வினோத் குமார்

ஆயுள்:-

காதல் அவரவர் கையாளும் விதத்தை பொறுத்து அமிர்தத்தை போன்று ஆயுளையும் பெருக்கும்.

விஷத்தை போன்று ஆயுளையும் குறைக்கும்..

ஆண்மை:-

ஆண்மை உள்ளவனெல்லாம் ஆண் மகன் அல்ல.

பெண்மையை மதிக்க தெரிந்தவனே உண்மையான ஆண் மகன்....

காதல்:-

அறிமுகமில்லாதவர்களுக்காக பரிதவிக்கும் மனசும், சொற்பேச்சு கேட்காமல் துள்ளி குதிக்கும் வயசும் ஜோடி சேர்வதே காதல்.

பொறுப்பு:-

உன் வாழ்க்கையை உன் ஆசைப்படி வாழும் உரிமை உனக்கே
உரியதெனினும்,
உன் ஆசையினால் மற்றவர்கள் துன்பப்படாதவாறு
பார்த்துக்கொள்ளும் பொறுப்பும் உனக்கே உரியது.

தென்றல் காற்று:-

சில்லென்று வீசும் தென்றல் காற்று.

அந்த காற்றோடு தொடங்கும் சாரல் மழை.

அந்த மழையினால் வரும் மண் வாசனை.

அந்த மண் வாசனை போல் மனதிற்கு பிடித்த உறவு.

அந்த உறவோடு ஒரு தொலைதூர பயணம்.

அந்த பயணத்தின் இடையில் ஆவி பறக்கும் தேநீர்.

அந்த தேநீர் பருக காத்திருக்கும் ஒருவன்.

அந்த ஒருவனாக இருக்க நினைக்கும் நான்.

ஈ.த.வினோத் குமார்

யார் உயர்ந்தவன்:-

விமானத்தில் இருப்பவர்கள் எல்லாரும் நாமும் பறந்து கொண்டிருக்கிறோம் என்றே நினைப்பார்கள். ஆனால் உண்மை என்னவென்றால் விமானம் மட்டுமே பறக்கும் நாம் அதில் உட்கார்ந்து கொண்டிருக்கிறோம் அவ்வளவுதான். அதுபோலத்தான் இந்த உலகத்தில் இருப்பவர்கள் எல்லாரும் நாம் தான் உயர்ந்தவர்கள் என்று நினைத்துக் கொண்டிருக்கிறோம். ஆனால் உண்மை என்றால் இறைவன் ஒருவனே இவ்வுலகத்தில் உயர்ந்தவன். நாம் எல்லாரும் அவனுடைய திருவடியை சிரம் தாழ்த்தி வணங்குபர்கள் மட்டுமே..

நண்பன்:-

சூழ்நிலைக்கேற்ப மாறுபவனல்ல நண்பன். சூழ்நிலை எதுவாயினும் மாறாமல் இருப்பவனே உண்மையான நண்பன்.

சிறப்பு:-

நீங்கள் ஒவ்வொரு நாளும் ஒருவரை விட சிறப்பாக இருக்க முயற்சி செய்யுங்கள்.

அந்த ஒருவர் வேறு யாரும் இல்லை நேற்றைய நீங்கள் தான்.

நேசித்தல்:-

நேசிக்கும் இதயத்தை எவ்வளவு காயப்படுத்தினாலும் அது நேசிப்பதை நிறுத்தாது.ஆனால் அந்த இதயத்தை ஏமாற்றினால்,ஏமாந்த இதயம் மறுபடியும் யாரையும் நேசிக்காது..

எது முக்கியம்:-

நாம் காதலிக்கின்றோம் என்பதை விட யாரை காதலிக்கின்றோம் என்பதே முக்கியம். அதேபோல் எத்தனை நாட்களாக காதலிக்கின்றோம் என்பதை விட எந்தளவுக்கு காதலிக்கின்றோம் என்பதே முக்கியம்.

வாழ்க்கையின் புரிதல்.

நான் இப்படி தான்
என் வாழ்க்கை என் கையில் தான்.
எனக்கு இருப்பதோ ஒரு வாழ்க்கை அதை நான் ஆசை பட்டது போல் தான் வாழ்வேன்.
என் வாழ்க்கையை யாருக்காகவும் தியாகம் செய்ய மாட்டேன்.
என் சந்தோசம் தான் எனக்கு முக்கியம்.
இப்படியெல்லாம் பேசியவன்
கடைசியில் நான்கு பேர் சந்தோசமாக இருப்பார்கள் என்றால் நான் ஒருவன் கஷ்டபட்டால் பரவாயில்லை என்று பேசுகிறான்
பார் அது தான் வாழ்க்கையின் புரிதல்.

இயற்கை:-

ஒரு நாள் என்றால் இரவு பகல் வருவதும்,
ஒரு வாழ்க்கை என்றால் இன்பம் துன்பம்
வருவதும் தான் இயற்கை.
இதை செயற்கையாக மாற்ற நினைத்தால்
நீயும் எய்துவாய் இயற்கை.

பொறுமை:-

இரண்டே இரண்டு விஷயங்கள் தான் நீ யார் என்பதை இந்த
உலகத்திற்கு தெரியப்படுத்தும்.
ஒன்று உன்னிடம் எதுவும் இல்லாத போதும் உன்னுடைய
பொறுமை.
மற்றொன்று அனைத்தும் இருந்த போதும் உன்னுடைய
நேர்மை.

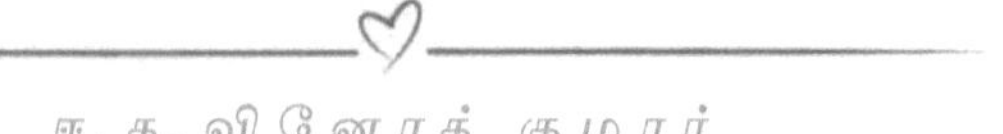

சிறு விதை:-

காதலோ நட்போ எந்த உறவாக இருந்தாலும் சரி நம்பிக்கை எனும் சிறு விதை இருந்தால் மட்டுமே அது வளரும்..

பொய்யான நண்பர்கள்:-

இந்த உலகினிலேயே மிகவும் ஆபத்தானவர்கள் நம்முடைய எதிரிகள் அல்ல, நம்முடனே இருந்து தங்கள் தேவைக்கு நம்மை பயன்படுத்திக் கொண்டும் நம்மையே அழிக்கவும் நினைக்கும் (கூட இருந்தே குழி பறிக்கும்) பொய்யான நண்பர்கள் தான்...

ரோஜா பூ:-

பெண் என்பவள் ரோஜா பூவினைப் போல் மென்மையான உள்ளம் கொண்டவள் மட்டுமல்ல. அந்த பூவினை தாங்கும் காம்புகளில் உள்ள முற்களைப்போன்ற கூர்மையான பார்வையினையும் கொண்டவள்..

தன் மென்மையான உள்ளத்தால் நண்பர்களையும் தன் கூர்மையான பார்வையால் எதிரிகளையும் கட்டிப்போடும் வல்லமை படைத்தவள்.

முட்டாள்:-

இன்றைய சமூகத்தில் பலர் தன்னை அறிவாளியாகவும் எதிரில் உள்ளவரை முட்டாளாகவும் எண்ணிக்கொண்டு இலவசமாக சில அறிவுரைகளையும், ஆலோசனைகளையும், நீதி நெறிகளையும் சொல்லிக்கொண்டிருக்கின்றார்கள்.

ஆனால் உண்மை என்னவென்றால் அவர்களுக்கே தெரியாது அவர்கள் தான் முட்டாள்களுக்கெல்லாம் முட்டாளென்று.

ஈ.த.விநோத் குமார்

சிக்கனம்

தன் தேவைக்கேற்ப செலவினை குறைத்து தன் தேவைக்கு அதை பயன்படுத்திக் கொள்ளுதலே சிக்கனமாகும்.

தன் தேவைக்கேற்ப அல்லாமல் தேவையற்றவைகளுக்கு செலவு செய்யும் ஒருவனுடைய வாழக்கையானது மண்ணினால் செய்யப்படும் பொம்மை போல விரைவிலேயே அழிந்து விடும்.

ஒருவன் பெயரோடும், புகழோடும் வாழ அவனுடய அறிவாற்றலே காரணமாக இருக்கும்.

அதுபோல ஒருவன் சீரும் சிறப்போடும் வாழ அவனுடய சிக்கனமே காரணம் இருக்கும்.

இங்கு பல பேர் பணத்தை தண்ணீர் போல் பயன்படுத்தி கண்ணீரில் வாழ்ந்து கொண்டிருக்கின்றார்கள்.

அவ்வாறு அல்லாமல் பணத்தை பன்னீர் போல் பயன்படுத்தினால் வாழ்க்கையில் மகிழ்ச்சியாக வாழலாம்.

சொர்க்கம்:-

நாம் விரும்பும் உறவை விட
நம்மை விரும்பும் உறவு கிடைத்தால்
நம் வாழ்க்கை வாழும்போதே சொர்க்கமாக இருக்கும்..
எந்த உறவாக இருந்தாலும் சரி அவசரத்திற்காக அல்லாமல்
பாசத்திற்காக கட்டுப்பட்டிருந்தால் அந்த உறவு
நம் இறுதி மூச்சு உள்ளவரை நிலைத்து நிற்கும்.

வாழ்க்கை:-

வாழ்க்கையில் தன் தேவைகளை குறைத்துக் கொண்டு
வாழதெரிந்தவன் புத்திசாலி.
வாழ்க்கையில் தன் தேவைகளை பெருக்கிக் கொண்டு அதனை
சமாளிக்க தெரிந்தவன் திறமைசாலி...
அதேசமயத்தில் தன் தேவைகளையும் பெருக்கிக்கொண்டு
அதனை சமாளிக்க தெரியாதவன் முட்டாள்.
நாம் யாராக இருக்க வேண்டும் என்பது நம் கையில் தான்
உள்ளது.!...

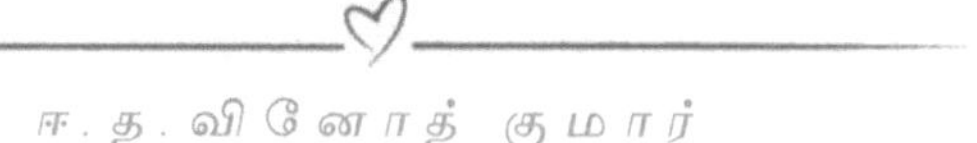

 ஈ.த.வினோத் குமார்

நடிப்பு:-

நடிக்க தெரிந்தவன் எல்லாராலும் மதிக்கப்படுகிறான்.
நடிக்க தெரியாதவன் எல்லாராலும் மிதிக்கப்படுகிறான்.

குப்பை:-

நாம் தேடி சென்று ஒருவரிடம் காட்டும் அன்பானது
குப்பை தொட்டியில் போடப்படும் குப்பைக்கு சமமானது.

வாழுங்கள் வாழவிடுங்கள்:-

வாழ்க்கையில் ஒவ்வொரு நொடியையும்
அனுபவித்து வாழ வேண்டுமே தவிர அழுதுக்கொண்டு அல்ல.
கஷ்டம் இன்று வரும் நாளை போகும்.
ஆனால் காலம் போனால் திரும்பாது.
அதனால் நாமும் மகிழ்ச்சியாக வாழவேண்டும்
மற்றவர்களையும் வாழவைக்க வேண்டும்.

பொய்மை

உண்மை என்ற வார்த்தைக்கு எவ்வளவு சக்தி உண்டோ அதே அளவு சக்தி பொய்மை என்ற வார்த்தைக்கும் உண்டு. உண்மை என்பது யாதெனில் மற்றவர்களுக்குத் துன்பம் தராதிருத்தலேயாகும். அதுபோன்று தான் பொய்மையும் உண்மை போன்றது தான் மற்றவர்களுக்கு துன்பம் தராமல் நன்மை தரும் சமயத்திலும், நன்மை தரும் இடத்திலும்.

காதல்:-

மொழிகள் வேறேயாயினும் உணர்வுகள் ஒன்றே.
மனதுகள் வேறேயாயினும் எண்ணங்கள் ஒன்றே.
வழிகள் வேறேயாயினும் இலட்சியங்கள் ஒன்றே.
நீயும், நானும் வேறேயாயினும் நம் காதல் ஒன்றே.!.....

 ஈ.த.வினோத் குமார்

நம்பிக்கை:-

இருப்பதை இருப்பது போல் கூறுபவர்களை
நம்பாமல் தள்ளி வைத்து விடுகிறோம்.
இல்லாததை இருப்பது போல் கூறுபவர்களை
சுலபமாக நம்பிவிடுகிறோம்.
நாம் உண்மையை தெரிந்து கொள்வதற்கு முன்பே நம்மை
உண்மையாக நேசித்தவர்களையும் இழந்து விடுகிறோம்.

தேவை:-

மற்றவர்கள் நம்மை ஏமாற்றி விட்டார்கள் என்பதை விட
மற்றவர்கள் தங்கள் தேவைக்கு நம்மை பயன்படுத்திக்
கொண்டார்கள் என்பதே பொருத்தமாக இருக்கும்.

இதயம்:-

என் இதயத்தில் இருக்கும் காதலாக
நீ இருந்திருந்தால் என்றோ உன்னை மறந்திருப்பேன்.
ஆனால் நீயோ என் இதயமாகவே இருக்கின்றாய்
உன்னை எப்படி மறப்பேனடி..

அழகு:-

வானில் எத்தனை நட்சத்திரங்கள் இருந்தாலும் வானிற்கு
அழகென்னவோ நிலவு தான். அதுபோல என்னை சுற்றி
எத்தனை உறவுகள் இருந்தாலும் என் வாழ்க்கைக்கு
அழகென்னவோ நீ மட்டும் தான்....

ஈ.த.வினோத் குமார்

(கருப்பு வைரம்)

வைரமுத்து:-

கள்ளிகாட்டை உருவாக்கிய இதிகாசமே,

கருவாச்சியினை எழுதிய காவியமே,

தண்ணீர் தேசத்தின் தந்தையே.

கருஞ்சூரியனை உதிக்க செய்த கறுப்பு வைரமே,

மூன்றாம் உலக போரை தன் ஏட்டில் அடைத்த ஏகதிபதியே,

மௌனத்திற்கும் சப்தங்கள் உண்டு என

எடுத்துரைத்த மௌன ராகமே,

ஜன்னல் வழியே வைகறை மேகங்களை

காட்டிய ஜாம்பவானே,

உந்தன் கூர்மையுயான வரிகளால் ஒட்டுமொத்த

தமிழ் உள்ளங்களையும் கவர்ந்த கவரிமானே,

காதலுக்கும் காமத்துக்கும் சமான முக்கியத்துவம்

கொடுக்கும் சமரசனே,

அழகான கவிதைகளையும் அற்புதமான கதைகளையும்

படைப்பதில் வல்லவனே,

எண்ணற்ற விருதுகளையும் பெயர்களையும் பெற்ற இமயமே,

உலகத்தின் புகழ் நீ பாட உந்தன் புகழ் உலகம் பாடுதையா!...

இலட்சியம்:-

இவ்வுலகில் ஒருவனுக்கு பெயரும் புகழும்
அவ்வளவு எளிதில் கிடைக்காது.
எவனொருவன் தன் இலட்சியத்தில்
உறுதியாகவும், சோதனைகளை சாதனைகளாகவும்
மாற்றுகிறானோ அவனே காலங்கள் கடந்தும்
மக்கள் மனதில் நீங்கா இடம் பெறுபவனாவான்...

வெற்றி:-

வெற்றி அடைந்தவன் ஆனந்தத்தில் துள்ளி குதிப்பான்
தோல்வி அடைந்தவன் சோகத்தில் மூழ்கி கிடப்பான்.
ஆனால் இவை இரண்டுமே நிரந்தரமில்லை என அறிந்தவன்
வாழ் நாள் முழுவதும் நிம்மதியாக இருப்பான்.

காதல் ஒன்றே வாழ்க்கை அல்ல:-

நம் வாழ்க்கையில் காதல் இருக்கலாம்.

ஆனால் காதல் ஒன்றே நம் வாழ்க்கையாக இருக்கக் கூடாது.

காதல் என்பது நம் வாழ்க்கையில் ஒரு பகுதி மட்டுமே.

இதை புரிந்துக்கொண்டவர்கள் தங்களுடைய இனிமையான

நினைவுகளோடு வாழ்ந்துக்கொண்டிருக்கிறார்கள்.

புரிந்துக்கொள்ளாதவர்கள் தங்களுடைய இனிமையான

வாழ்க்கையை தொலைத்துவிட்டு கசப்பான நினைவுகளுடன்

வாழ்ந்துக்கொண்டிருக்கிறார்கள்.

கவிதையும் பொய் கூறாது:-

நான் மட்டுமல்ல என் கவிதையும் ஒருபோதும் பொய் கூறாது
பெண்ணே நீ மட்டும் தான் இங்கு அழகு என்று!.
நீயும் அழகு தான் உன்னைப் பற்றிய கவிதையை என்னிடம்
கேட்டுவிட்டு அதற்காக நீ காத்திருக்கும் காத்திருப்பும் ஒரு வித
அழகு தான்...
உன்னைப்பற்றிய கவிதை எழுதுவதில் நான் ஏனோ சற்று
சறுக்கலை சந்தித்தேன்.
சறுக்களின் முடிவில் உனக்காக நான் தேர்ந்தெடுத்த வரிகள்...

கருப்பு நிற தோல் அழகு.
கார்மேக கூந்தல் அழகு.
முத்து பல் சிரிப்பு அழகு.
வெண்ணிலா ஆடை அழகு.
கூர்வாள் பார்வை அழகு.
முல்லைக்கொடி இடை அழகு.
செந்தாமரை இதழ் அழகு.

சுருக்கமாக சொல்ல வேண்டுமென்றால் நீ ஒரு கருப்பு நிற
தேவதை....

சிலை :-

சத்தமில்லாமல் என்னுள் இச்சத்தை ஏற்படுத்தியவள் நீ.
பேச ஆயிரம் வார்த்தைகள் இருந்தாலும் பேசாமல் கண்
அசைவால் என்னை கட்டிபோட்டவள் நீ.
உன் நினைவுகள் காற்றாக மாறி என்னை தீண்டும்போது நான்
ஏனோ சிலையாகி தான் மாறிவிடுகிறேன் உன்னுடைய
தீண்டலுக்காக.!
என்னவளே உன்னுடைய சுவாசத்துக்காக
காத்துக்கொண்டிருக்கும் சிலை நான். உன் சுவாசம் கொண்டு
என்னை உயிர் பெற செய்வாயா!....

எதிர்பார்ப்பு:-

எதிர்பார்த்தது நடக்காமல் போவதும்,
எதிர்பார்க்காதது நடப்பதும் தான் வாழ்க்கை..
இதை புரிந்து கொண்டவன் வாழ்க்கையை வெல்கிறான்.
புரிந்து கொள்ளாதவன் அந்த வாழ்க்கையையே இழக்கிறான்..

நேரம்:-

எனக்கானவள் எனப்படுபவள் எனக்காக தன்னுடைய நேரத்தை செலவிடுபவளாக இருக்க வேண்டுமே தவிர, தன்னுடைய நேரத்தை கடத்துபவளாக இருக்க கூடாது.....

உறவுகள்:-

நம் வாழ்க்கையில் எத்தனையோ உறவுகள் பாதியில் வந்து பாதியிலேயே போனாலும் ஒரு சில உறவுகள் மட்டும் பாதியில் வந்து வாழ்நாள் முழுவதும் இருக்க ஆசை கொள்ளும்.அந்த உறவுகளை எப்பொழுதும் இழக்காதீர்கள்.

ஈ.த.வினோத் குமார்

வெற்றி நிச்சயம்:-

உருண்டோடிய நாட்களை எண்ணியும், கடந்து சென்ற
காலத்தை எண்ணியும் மனம் வருந்துவதை விட இனி வரும்
காலங்களில் இருக்கும் நாட்களை எப்படி நமக்கேற்றவாறு
பயன்படுத்திக்கொள்ள வேண்டும் என்றெண்ணி
அதற்கேற்றவாறு செயல்பட்டால் வெற்றி நிச்சயம் நம்
வசப்படும்.

நிஜம்:-

ஒரு சில நொடிகளில் உருவாகும் பிறப்பு நிஜமென்றால்,
ஒரு சில நொடிகளில் உருவாகும் இறப்பும் நிஜமென்றால்,
ஒரு சில நொடிகளில் உருவாகும் காதலும் நிஜமானதே!..

நரகம்:-

நரகம் என்பது எப்படி இருக்கும் என்று எனக்கு தெரியாது.
ஆனால் படிக்கும் காலத்தில் அளவற்ற
ஆசைகளோடும், எண்ணற்றக் கனவுகளோடும், ஒரு குறிப்பிட்ட
இலட்சியத்தோடும் வாழ்ந்து, படிப்பு முடிந்ததும் அந்த
படிப்புக் கேற்ற வேலை கிடைக்காமலும், கிடைத்த வேலைகள்
பிடிக்காமலும், ஒருபுறம் வீட்டிற்கு உள்ளேயும் மறுபுறம்
வீட்டிற்கு வெளியேயும் இருந்து வரும் கிண்டல்கள், கேலிகள்,
அவமானங்கள், அசிங்கங்கள் இவற்றிக்கிடையே தனது
இலட்சியத்தை நோக்கி ஓடிக்கொண்டிருக்கும் ஒரு வேலை
இல்லா பட்டதாரி தனது வாழ்க்கையில் சந்தித்த இன்னும்
சந்தித்துக் கொண்டிருக்கின்ற துயரங்களை விட நரகம் ஒன்றும்
கடினமாக இருந்து விட முடியாது.

காதலித்து பார்:-

காதலித்து பார்

கருமை வெண்மையாகவும்

எருமை பசுவாகவும்

குயில் மயிலாகவும்

பூனை புலியாகவும்

நாய் நரியாகவும்

பல்லி முதலையாகவும்

குரங்கு மனிதனாகவும்

குன்று மலையாகவும்

குட்டை ஏரியாகவும்

குளம் கடலாகவும்

ஓடை ஆறாகாவும்

படகு கப்பலாகவும்

கசப்பு இனிப்பாகவும்

கண்ணீர் பன்னீராகவும்

காதலித்து பார்..

கவிதைக்கு பொய்யழகு தான்.

ஆனால் இவ்வளவு பொய் அழகா என்று தெரியவில்லை.

ஆசை:-

சோளகாட்டு பொம்மையுடன் ஓடி ஆடி விளையாட ஆசை.

ஓடும் பாம்பை நின்று புடிக்க ஆசை

ஆமையின் முதுகில் பயணம் செய்ய ஆசை.

காட்டாறு வெள்ளத்தை கையால் தடுக்க ஆசை.

பருந்தின் வேகத்தை கட்டுப்படுத்த ஆசை.

பனை மரத்தில் இளநீர் பறிக்க ஆசை.

சுனாமியில் எதிர் நீச்சல் அடிக்க ஆசை.

மேகத்தின் மீது படுத்து உறங்க ஆசை.

பெண்ணின் உள்ளத்தை கண்டறிய ஆசை.

ஈ.த.விநோத் குமார்

எதுவும் நிரந்தரமில்லை:-

இவ்வுலகினில் எதுவும் நிரந்தரமுமில்லை,

எதுவும் நிலையானதுமில்லை.

இந்த உலகமும் நிரந்தரமில்லை.

இந்த உயிரும் நிரந்தரமில்லை.

இந்த உடலும் நிரந்தரமில்லை.

நீயும் நிரந்தரமில்லை.

நானும் நிரந்தரமில்லை.

ஒருவரின் உறவும் நிரந்தரமில்லை.

ஒருவரின் அன்பும் நிரந்தரமில்லை.

ஒருவரின் கோபமும் நிரந்தரமில்லை.

ஒருவரின் குணமும் நிலையானதில்லை.

ஒருவரின் மனமும் நிலையானதில்லை.

ஒருவரின் காதலும் நிலையானதில்லை.

ஒருவரின் நட்பும் நிலையானதில்லை.

இந்த நிரந்தரமில்லா

உலகினில் எதுவும் நிரந்தரமுமில்லை,

நிலையானதுமில்லை......

சிந்தனை சிற்பி (விவேக்):-

மனிதருள் மாணிக்கமே.

நகைச்சுவை மன்னனே.

மக்களின் சேவகனே.

இயற்கையின் பாதுகாவலனே.

உந்தன் நகைச்சுவையால் எங்களை சிரிக்க வைத்தாய்.

உந்தன் கருத்துக்களால் எங்களை சிந்திக்க வைத்தாய்.

நகைச்சுவை செய்பவர்களெல்லாம் கருத்துக்களை கூறுவதும்
இல்லை. கூறினாலும் அது நீங்கள் கூறுவது போன்று இல்லை
என்று கூறும் அளவுக்கு கருத்துக்களை மக்கள் மனதில்
பதியவும் வைத்த பகுத்தறிவாளனே.

மரங்களை வெட்டும் தொழில் செய்து கொண்டிருக்கும்
மனிதர்களுக்கிடையே மரங்களை நடுவதையே
தொழிலாக கொண்ட சமூக ஆர்வலனே.

இன்று நாம் நடுகின்ற மரம் தான் நாளைய தலைமுறையை
வாழ வைக்கும் என்பதை உலகிற்கு உணர்த்திய
முற்போக்கு சிந்தனையாளனே.

நீங்கள் இந்த உலகை விட்டு பிரிந்தாலும் நீங்கள் மண்ணில்
விதைத்த விதையும் மக்கள் மனதில் விதைத்த கருத்தும் உங்கள்
புகழும் இவ்வுலகம் இருக்கும் வரை இருந்துகொண்டே தான்
இருக்கும்..

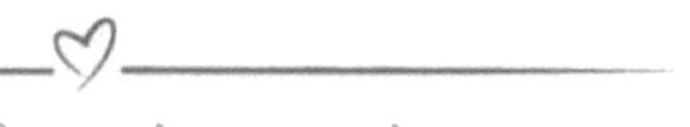

ஈ.த.வினோத் குமார்

தற்கொலை:-

தன்னைப்பற்றி தானே புகழ்ந்து

பேசிக்கொள்வதென்பது(தற்புகழ்ச்சி கொள்ளுதல்)

தற்கொலை செய்து கொள்வதற்கு சமம்...

வானமும் வாழ்க்கையும்

மேகங்கள் இல்லா வானமும் இல்லை.

சோகங்கள் இல்லா வாழ்க்கையும் இல்லை.

மேகங்கள் ஒன்று சேர்ந்தால் மழை(நீர்).

சோகங்கள் ஒன்று சேர்ந்தால் கண்ணீர்.

மேகத்தின் அடையாளம் வெண்மை.

சோகத்தின் அடையாளம் கருமை.

மேகம் எல்லோர் கண்ணுக்கும் தெரியும்.

சோகம் காயமடைந்த மனதிற்கு மட்டுமே தெரியும்......

உன்னால் முடியும்:-

உன்னால் முடியாது என்று ஊரே ஒன்று கூடி சொன்னாலும்
உன்னால் மட்டுமே முடியும் என்று ஒரே ஒரு உறவு சொன்னால்
போதும் நிச்சயம் உன்னால் முடியும். ஏனென்றால்
முடியாது என்ற வார்த்தையை விட முடியும் என்ற வார்த்தைக்கு
சக்தி அதிகம்.

சரித்திரம்:-

எவனொருவன் புகழ்ச்சியையும் இகழ்ச்சியையும்
புன்னகையோடு கடந்து செல்கின்றானோ அவனே சரித்திரம்
படைக்க தகுதியானவன்!...

வார்த்தைக்கும் உயிர் உண்டு:-

நீங்கள் பேசும் பேச்சில் கவனம் கொள்ளுங்கள், ஏனெனில்
நீங்கள் பேசும் வார்த்தைக்கும் உயிர் உண்டு.
இவ்வுலகில் வாழ்வது உயிர்கள் மட்டும் அல்ல வார்த்தைகளும்
தான்.

பயணம்:-

இங்கு வழிகாட்டி இல்லா பயணம் என்று ஒன்றும் இல்லை.
நாம் கண்ட கனவுகள் வெவ்வேறாக இருக்கலாம்,ஆனால்
அந்தக் கனவுகளை நினைவுகளாக்க நாம் படும் துயரம் ஒன்று
தான்!..
நாம் செல்லும் பாதை வெவ்வேறாக இருக்கலாம், ஆனால் நாம்
போய் சேரும் இடம் ஒன்று தான்!....

தவறுகெல்லாம் தவறு:-

தவறு செய்வதென்பது ஒரு தவறு, அது தவறு என்று தெரிந்துகொள்ளாமல் போவது மற்றொரு தவறு. தெரிந்தும் அதை திருத்திக்கொள்ளாமல் இருப்பது மாபெரும் தவறு. நான் தவறுக்கு விளக்கம் கொடுத்ததில் ஏதேனும் தவறு இருந்தால் என்னை மன்னியுங்கள் என்று உங்களிடம் கூறாமல் இருந்தது நான் செய்த தவறுக்கெல்லாம் தவறு......

பொய்:-

உயிர் பிரியும் நிலைமை வருமேயாயினும் வாழ்க்கையில் பொய் மட்டும் கூறாதீர்கள்.

ஏனெனில் இன்று நீங்கள் கூறும் பொய்யானது தங்களுக்கு ஒரு உறவை தற்காலிகமாக உருவாக்கி தரலாம்.. ஆனால் என்றோ ஒரு நாள் நீங்கள் கூறியது பொய்யென்று தெரிந்துவிட்டால் அப்பொய்யானது உங்களுக்கு உருவாக்கி தந்த உறவை நிரந்தரமாக உங்களை விட்டு விலக செய்துவிடும்...

கானல் நீர்:-

சூரியனும் சந்திரனும் கூட அவ்வப்போது சந்தித்து
கொள்கிறதடி. நீயும் நானும் சந்தித்துக்கொள்வது எப்போதடி!
நம் காதல் கண்ணீராக இருப்பினும் பரவாயில்லை.
கானல் நீராக அல்லாமல் இருந்தால் போதும்.

வாழ்க்கை:-

சிலர் வாழ்வதற்காக போராடுகிறார்கள்.
சிலர் போராடுவதற்காக வாழ்கிறார்கள்.
சிலர் வாழ்க்கையில் நடிக்கிறார்கள்
சிலர் நடித்துக்கொண்டே வாழ்கிறார்கள்.
வாழ்ந்தாலும், போராடினாலும், நடித்தாலும்
நாம் வாழ்கின்ற வாழ்க்கை நமக்கானது.
அதனுடைய பயனும் நமக்கானதே!..

எதிர்காலம்:-

ஒரு நபரின் தற்போதைய நிலைமையை வைத்து அவரின் எதிர்காலத்தை நிர்ணயிப்பதென்பது மிகப்பெரிய தவறாகும். ஏனெனில் 'நாளை' என்ற வார்த்தைக்கு எவ்வளவு சக்தி இருக்கின்றதென்றால் அது ஒரு சாதாரண கல்லை கூட வைரமாக மாற்றகூடிய ஆற்றல் உடையது...

குறை:-

உலகிலேயே மிகவும் எளிமையானது பிறர் குறை காண்பது...
உலகிலேயே மிகவும் கடினமானது தன் குறையை தானே உணர்வது....

ஈ.த.வினோத் குமார்

வாழ்க்கை தத்துவம்:-

வாழ்க்கையில் பல ஏற்ற இறக்கங்களை சந்தித்தவன் நான்.

ஏற்றத்தின் போது போற்றுவதும்

இறக்கத்தின் போது தூற்றுவதும் தான் மனிதர்களின் குணம்

என்ற வாழ்க்கை தத்துவத்தை உணர்த்துவது தான் காலம்.......

வெற்றி கனி:-

வெற்றியின் பாதையில் பயணிக்கும் உனக்கு சில

தடுமாற்றங்களும் தடைகளும் வரலாம்...ஆனால் அந்த

தடுமாற்றங்களையும்,தடைகளையும் தகர்த்தெறிந்து உனக்கான

பாதையில் நீ தொடர்ந்து சென்றுகொண்டிரு வெற்றி எனும் கனி

நிச்சயம் ஒரு நாள் உந்தன் கரம் வந்தடையும்...

மதிப்பு:-

உரிமையுண்டு என்றாயினும், அவ்விடத்தில் நமக்கு
மதிப்பில்லை என்றறியும் போது விலகிச்செல்வதே நன்று.

பாடம்:-

தோல்வியும் தனிமையும் கற்று கொடுக்கும் பாடத்தை
இவ்வுலகத்தில் வேறு எவராலும் கற்று கொடுக்க முடியாது.
தோல்வி செய்த தவறை திருத்திக் கொண்டு எவ்வாறு வெற்றி
அடைய வேண்டும் என்று கற்றுகொடுக்கிறது.
தனிமை யாரை நம்பவேண்டும் எப்படி வாழ வேண்டும் என்று
கற்று கொடுக்கிறது.

ஈ.த.விேனாத் குமார்

மகிழ்ச்சி:-

மகிழ்ச்சியின் ஒரு கதவு மூடபடும்போது,

மற்றொரு கதவு திறக்கும் என்பார்கள்.

ஆனால் என் வாழ்க்கையில்

ஒரு கதவு என்றோ மூடபட்டு விட்டது.

மற்றொரு கதவு ஏனோ இன்று வரை திறக்கப்படவில்லை!

மூன்று காலங்கள்:-

காயமடைந்த இறந்த காலமோ

ஒரு இனிமையான நினைவகம் போல

தினமும் என்னை பின் தொடர்கிறது.

எதிர்காலமோ தவறான பாதையில் செல்லாதே

என்று எச்சரிக்கிறது.

நிகழ் காலமோ கடைசி வரை

உன்னுடன் கைகோர்த்து நடக்க ஆசைப்படுகிறது...

வெற்றிக்கான சூத்திரம்:-

ஏதேனும் ஒரு போட்டியில் தோல்வியுற்றால்
அடுத்த போட்டியில் எப்படி வெற்றி அடைய வேண்டும் என்று
யோசிப்பதை சென்ற போட்டியில் எப்படி தோல்வி
அடைந்தோம் என்று யோசித்து தோல்விக்கான காரணத்தை
அறிந்தால் வெற்றிக்கான சூத்திரத்தை கண்டுக்கொள்ளலாம்

மனிதாபிமானம்

மனிதாபிமானம் என்ற சொல் இன்று மறைந்துதான் போனதே!
இருப்பவர்கள் இதயமோ இன்று கல்லாகி தான் போனதே!
உதவுகின்ற கரங்கலெல்லாம் குறைந்து தான் போனதே!
உதவி என்ற சொல்லும் இன்று மறைந்து தான் போனதே!
சுழல்கின்ற பூமியும் இன்று சுயநலமானதே!
அபிமானம் என்ற சொல்லும் இன்று அந்நிய சொல்லானதே!
மனிதனையே மனிதன் இன்று மதிப்பதுமில்லையே!
இந்நிலை மாறவேண்டுமெனில் மாற்றம் வேண்டும் நம்மிடம்.
மாறுவோம் மாற்றத்தை உண்டாக்குவோம்

ஆசைகள்:-

ஆசைகளையும், தேவைகளையும் அதிகமாக்கிக் கொண்டே
செல்லாதீர்கள்,
ஏனெனில் அனைத்து ஆசைகளும் நிறைவேறுவதுமில்லை,
அனைத்து தேவைகளும் பூர்த்தியடைவதுமில்லை.

சிரிப்பு:-

நான் யாரையும் போல் இல்லாமல் தனித்து
காணப்படுகின்றேன் என்று எல்லாரும் என்னை பார்த்து
சிரித்துக்கொண்டிருக்கிறார்கள்.
ஆனால் நானோ எல்லாரும் ஒரேமாதிரியாக இருக்கிறார்கள்
என்று சிரித்துக்கொண்டிருக்கின்றேன்.

 வினோவின் அனுபவ வரிகள்

எதிரி:-

தவறென்று அறிந்தப்பின்பும் அத்தவறினை
எடுத்துரைக்காமல் அடிமையாக வாழ்வதை விட,
அத்தவறினை எடுத்துரைத்து
எதிரியாக வாழ்வதே சாலச்சிறந்தது...

நம்பிக்கை:-

எல்லோரையும் நம்புவது உன்னுடைய முட்டாள் தனத்தையும்,
உன்னை நம்பாமல் இருப்பது உன்னுடைய கோழை
தனத்தையுமே காட்டுகிறது......

யார் துரோகி:-

தனக்கு பிறந்த குழந்தை பெண் என தெரிந்ததும் குப்பை
தொட்டியில் வீசும் பெற்றோர்களா?
பெற்றோர்களை வயது முதிர்ச்சியின் காரணமாக முதியோர்
இல்லத்தில் சேர்க்கும் பிள்ளைகளா?

காதலித்த பெண்ணை கர்பமாக்கி ஏமாற்றும் காதலனா?
தவறு செய்த குற்றவாளிகளுக்கு தண்டனை கொடுக்க தவறும்
நீதிபதியா?

ஓட்டிற்க்காக பணம் கொடுக்கும் அரசியல்வாதியா?
பணத்திற்க்காக ஓட்டை விற்க்கும் வாக்காளர்களா?

இலவசமாக மருத்துவத்தையும், கல்வியையும் தராத
அரசாங்கமா?
மருத்துவத்தையும், கல்வியையும் வியாபாரமாக்கும் தனியார்
நிறுவனங்களா?

படித்துவிட்டு வேலைக்கு செல்லாத மாணவர்களா?
படிப்பிற்கேற்ற வேலை வாய்ப்பை உருவாக்கி தராத அரசு
அதிகாரிகளா?

தன்னுடைய கடமைகளை செய்ய தவறும் அனைவரும்
துரோகியே!

 வினோவின் அனுபவ வரிகள்"

விமர்சனம்:-

நாம் ஒரு செயலை செய்யும்போது எவ்வளவு பாராட்டுகள்
வருகிறதோ அதே அளவுக்கு விமர்சனங்களும் வரும்.
இரண்டும் ஏற்றுக் கொள்ள படவேண்டியவையே.
ஏனென்றால் பாராட்டு மனதிற்கு மகிழ்வை தரும்.
விமர்சனம் யோசிக்கும் திறனை அதிகரிக்கும்.

பெரிய சாதனை:-

உங்களிடம் யாராவது வந்து
உண்மையாகவும், நேர்மையாகவும் இருந்து
என்ன சாதித்தாய் என்று கேட்டால்,
தைரியமாக சொல்லுங்கள்
உண்மையாகவும், நேர்மையாகவும் இருப்பதே
பெரிய சாதனை தான் என்று.!

எதிர்பார்ப்பு:-

இவ்வுலகில் பிறந்த
ஒவ்வொரு மனிதனுக்கும்
வெவ்வேறு குறிக்கோள்கள்
இருப்பினும், பொதுவாக
அவர்கள் மனதென்னவோ
அன்பான பார்வை,
கனிவான பேச்சு,
மெல்லிய புன்னகை,
ஆறுதல் தரும் வருடல்,
போன்றவற்றையே எதிர்பார்க்கின்றது...

தரம்தாழ்ந்த மனிதர்கள்:-

நம்மிடம் இருப்பதை புறந்தள்ளியும்,
நம்மிடம் இல்லாததை முன்நிறுத்தியும்,
பேசும் தரம் தாழ்ந்த மனிதர்கள் வாழும்
உலகில் தான் நாமும் வாழ்ந்துக்கொண்டிருக்கிறோம்.

அக்கா தங்கை உறவு

ஒரே வீட்டில் பிறந்தோம்.

ஒரே வீட்டில் வளர்ந்தோம்.

ஒருவருக்கொருவர் அடித்துக்கொண்டோம்.

ஒருவருக்கொருவர் விட்டும் கொடுத்தோம்.

இன்பம், துன்பங்களை பகிர்ந்தோம்.

நிறை குறைகளை கண்டறிந்தோம்.

உனக்கு நானும் எனக்கு நீயும்

நல்ல தோழியாகவும்,

தாயாகவும் இருந்தோம்.

ஆனால் விதியின் சதியினால்

திருமணம் என்னும் பெயரில்

இருவரும் பிரிந்தோம்..

நாம் பிரிந்தது காலத்தின் கட்டாயம் எனினும்

நம் உயிர் பிரியும் வரை

உள்ளத்தால் என்றும் பிரியாமல் இருப்போம்...

இலட்சியம்:-

உனக்குள் ஒரு இலட்சியம் இருப்பின்,

அதற்காக தொலைநோக்கு பார்வையுடன் நீ முயற்சிகள்
மேற்கொண்டிருப்பின்,

அதற்கான பலன் கிடைக்க சிறிது கால தாமதம் ஆயினும்,

இறுதியில் உன்னுடைய இலட்சியமானது நிச்சயம் ஒரு நாள்
வெல்லும்.....

அனுமதி:-

நீங்கள் வாழ்க்கையில்

ஏதேனும் சாதிக்க விரும்பினால்

மற்றவர்களிடம் அனுமதி கேட்பதை நிறுத்துங்கள்..

மாற்றம்:-

உங்கள் சிந்தனையில் சிறிது மாற்றம் செய்தால்
வாழ்க்கையில் மிக பெரிய மாற்றம் அடையலாம்..
என்னம் போல் வாழ்க்கை!

உறவு:-

காதலாக இருந்தாலும் சரி
நட்பாக இருந்தாலும் சரி
அந்த உணர்வானது
இருவரிடமும் இருந்தால் மட்டுமே
அவர்களுக்கிடையேயான உறவானது நீடிக்கும்.
மாறாக அந்த உணர்வு ஒருவரிடத்தில் இல்லையேனும்
அவ்விருவர்களுக்குள்ளான உறவானது முறிந்து விடும்...

ஈ.த.வினோத் குமார்

எது சுதந்திரம்:-

ஆங்கிலேயர்களுக்கு பயந்து பணிந்து பல ஆண்டுகள்
அடிமையாக வாழ்ந்து.

காந்தி, திலகர், படேல் போன்ற தலைவர்களால் ஒன்று திரண்டு.

பாரதி சரோஜினி நாயுடு போன்ற கவிஞர்களால் எழுச்சி கண்டு.

நேதாஜி என்ற ஒற்றை மனிதனால் எழுச்சிமிக்க படைகளை
உருவாக்கி போரிட்டு பல உயிர் தியாகங்களுக்கு மத்தியில்
கிடைத்ததே அதுவா சுதந்திரம்!.

நிச்சயம் அதுவல்ல உண்மையான சுதந்திரம்

உண்மையான சுதந்திரம் என்பது என்னவென்றால்,

உண்மையான சுதந்திரம் எப்போது கிடைக்குமென்றால்,

என்று ஒரு பெண் ஆண்களை போலவே இரவில் தனியாக
சுதந்திரமாக எந்த பிரச்சினையும் இல்லாமல்
நடமாடுகின்றாளோ,

என்று அனைத்து சிறுவர்களும் வேலைக்கு செல்லாமல்
பள்ளிக்கு செல்கிறார்களோ,

என்று லஞ்சம் ஊழலை சமுதாயத்தில் இருந்து வேரோடு
அழிகின்றோமோ,

என்று நடிகர் நடிகைகளை கடவுளாக நினைப்பதை விடுத்து
சகா மனிதர்களாக பார்க்கின்றோமோ,

என்று வறுமை கோட்டிற்கு கீழே உள்ள அனைத்து
ஏழைகளுக்கு உதவி செய்கின்றோமோ,

என்று சுற்றுப்புற சூழலைப் பாதுகாக்கின்றோமோ,

 விேனாவின் அனுபவ வரிகள்

என்று வயதானவர்களுக்கும் பெண்களுக்கும் மரியாதை கொடுக்கின்றோமோ,

என்று தன்னுடைய கருத்துக்களை யாருக்கும் பயப்படாமல் சொல்கின்றோமோ,

என்று விவசாயத்திற்கு முக்கியத்துவம் கொடுத்து விவசாயியை மதிக்கின்றோமோ,

என்று ஜாதி மத வேறுபாடுகள் அழிந்து அனைவரும் ஒரு தாய் பிள்ளைகளாக வாழ்கின்றோமோ,

அன்றுதான் இந்தியா உண்மையான சுதந்திரம் பெற்றதாக கருதப்படும்.

அன்று வரை சுதந்திர தினத்தை அல்ல சுதந்திர தியாகிகளை கொண்டாடுவோம்.

நிரந்தரமல்ல:-

பணத்தை பார்த்து வரும் சொந்தம்.

புகழை பார்த்து வரும் நட்பு.

அழகை பார்த்து வரும் காதல்.

இவையனைத்தும் ஏதோ ஒரு நாள்

உன்னை தனியாக விட்டு சென்று விடும்.

ஏனென்றால் இவைகள் நிரந்தரமானவை அல்ல

அதனால் இவர்களும் நிரந்தரமானவர்கள் அல்ல..

உரிமை:-

யாரிடமும் அதிக உரிமை எடுத்துக்கொள்ள நினைக்காதீர்கள்

ஏனெனில் அவர்கள் அந்த உரிமையை உங்களுக்கு

விட்டுக்கொடுக்கவில்லை எனில் கடைசியில் வருந்துவது

நீங்களாக தான் இருப்பீர்கள்...

நேர்மை:-

நேர்மையாக உள்ளவர்கள் எப்போதும்
முரட்டுத்தனமாக தான் இருப்பார்கள்.
சுயமரியாதையை சுவாசமாக கொண்ட அவர்களுக்கு
ஒருத்துளியும் நடிக்க தெரியாது.
இவர்களை எல்லாரும் நேசிக்கமாட்டார்கள்.ஆனால்
நேசித்துவிட்டால் சாகும் வரை வெறுக்க மாட்டார்கள்.
இவர்களின் பலம் பலவீனம் எல்லாமே
இவர்களின் குணம் தான்.

ஈ.த.வினோத் குமார்

பெண்மை:-

பெண்மை என்பது ஆயிரம் பேர் ரசிக்க கூடிய அழகான முக பாவனைகளையும், கட்டுக்கோப்பான உடல் அமைப்பையும் கொண்டிருப்பதல்ல.

ஒரே ஒருவன் மட்டும் வசிக்க கூடிய அழகான இதயத்தை கொண்டிருப்பது தான்.

பெண்மை என்பது பெண்களிடம் உள்ள ஒரு அற்புத சக்தி.

அந்த ஆதியும் அவளே.
அண்ட சராசரமும் அவளே!

கருணையில் தேவதையும் அவளே.
கோபத்தில் காளியும் அவளே!

எல்லை இல்லா ஆற்றலும் அவளே.
எல்லை மீறினால் சுட்டெரிக்கும் கனலும் அவளே!

அன்பு எனும் அகராதியை உருவாக்குபவளும் அவளே.
அணு எனும் உயிரை இயக்குபவளும் அவளே!

 விேனாவின் அனுபவ வரிகள்

நம்மை பிள்ளையாக பெற்றவளும் அவளே.
நம் பிள்ளையை பெறுபவளும் அவளே!

அரவணைக்கும் தாயும் அவளே.
அன்பு வைக்கும் தங்கையும் அவளே!

தோள் கொடுக்கும் தோழியும் அவளே.
தோல் உரிக்கும் ஆசானும் அவளே!

சுயமரியாதையை சுவாசமாய் கொண்டவளும் அவளே.
துணிச்சலுடன் போராடுபவளும் அவளே!

பெண்மையை போற்றுவோம்.
பெண்களை மதிப்போம்!..

நினைவுகள்:-

யாராக இருந்தாலும் பிறப்பு ஒரு முறை இறப்பு ஒரு முறை என
இருக்க அவர்கள் தந்து விட்டு சென்ற நினைவுகளும்
அவர்களை பிரிந்த துன்பங்களும் மட்டும் ஏனோ பல முறை
வாட்டி வதக்கி கொண்டு தான் இருக்கின்றது நாம் சாகும் வரை.

காலம்:-

தனக்கான காலம் வரும் வரை காத்துக்கொண்டிருப்பவன்
மூடனாகின்றான்.
காலத்திற்கேற்றவாறு தன்னை மாற்றிக்கொள்கின்றவன்
அறிஞனாகின்றான்.

கவனம் தேவை

நம்முடைய நிறை குறைகளை அறிந்தவர்கள்
நமக்கு மிகவும் நெருக்கமானவர்களே!
அவர்களுக்கு மட்டும் தான் தெரியும்
நம்மை எங்கே அடித்தால் எப்படி
வலிக்கும் என்று! ஆகையால்
எல்லாவற்றிலும் கவனம் தேவை
யாவரிடத்திலும் கவனம் தேவை......

வாழ்க்கை தத்துவம்:-

கனியின் சுவையும்
காற்றின் மொழியும்
கடலின் ஆழமும்
காதலின் சுகமும்
கவியின் பெருமையும்
காவியத்தின் அருமையும்
ஒன்றின் மதிப்பும்
ஒன்பதின் பாதிப்பும்
ஒருவன் அனுபவத்தால் உணர முடியுமே
அன்றி ஆணவத்தால் அல்ல.

ஈ.த.விநோத் குமார்

வெற்றி தோல்வி:-

வெற்றி என்றால் வெற்றி அல்ல
அந்த வெற்றி தவறான வழியில் வராமல் இருந்தால்
அது தான் உண்மையான வெற்றி. அதேபோல்
தோல்வி என்றால் தோல்வி அல்ல.
அந்த தோல்வியில் இருந்து நீங்கள் எதையும்
கற்றுக்கொள்ளவில்லை என்றால்
அது தான் உண்மையான தோல்வி...

விடா முயற்சி:-

உங்களின் விடா முயற்சியும் முறையான பயிற்சியும் தான்
உங்களின் வெற்றி தோல்வியை தீர்மானிக்குமே தவிர
குரு பெயர்ச்சியோ சனி பெயர்ச்சியோ அல்ல.

மூடன்:-

உன்னுள் எழும் கேள்விகள் அனைத்திற்க்கும் பதில்,
உன்னுள்ளேயே இருக்கின்றது..
அதை வெளியில் தேடி மூடனாகாதே...

நண்பன்:-

நாம் இல்லாத போது மற்றவரிடத்தில் நம் நிறைகுறை
கூறாதவன்.

எதிரி:-

நாம் இருக்கும் போதே மற்றவரிடத்தில் நம் நிறைகுறை
கூறுபவன்.

துரோகி:-

நாம் இருக்கும் போது மற்றவரிடத்தில் நம் நிறையையும்
இல்லாத போது
நாம் இல்லாத போது நம் குறையையும் கூறுபவன்.

ஈ.த.விேனாத் குமார்

புரிந்து கொள்ளுதல்:-

ஒரு மனிதன் இன்னொரு மனிதனை எப்பொழுதும்
முழுமையாக புரிந்துக்கொள்ள முடியாது.
ஏனெனில் புத்தகத்திலுள்ள ஒரு வார்த்தைக்கே பல அர்த்தங்கள்
இருக்கும்போது அதை எழுதிய நமக்குள் எத்தனை
அர்த்தங்களிருக்கும்...

வெற்றி பெறுவது யார்:-

எனக்கு பிடித்ததை மட்டும் தான் செய்வேனென்று நானும்..
உனக்கு பிடித்ததை தவிர்த்து மீதமிருக்கும் எல்லாவற்றையும்
செய்ய வைக்கின்றேனென்று உலகமும்..
அதற்கு துணையாக காலமும்..
வாழ்க்கை என்னும் ஓட்டப்பந்தயத்தில்
ஓடிக்கொண்டிருக்கின்றோம்
பொறுத்திருந்து பார்ப்போம்
வெற்றி பெறுவது நானா இல்லை
உலகமா(காலமா) என்று!

நேர்மையானவர்கள்:-

நேர்மையாக உள்ளவர்கள் எப்போதும் முரட்டுத்தனமாக தான்
இருப்பார்கள்.
சுயமரியாதையை சுவாசமாக கொண்ட அவர்களுக்கு
ஒருத்துளியும் நடிக்க தெரியாது.
இவர்களை எல்லாரும் நேசிக்கமாட்டார்கள்.ஆனால்
நேசித்துவிட்டால் சாகும் வரை வெறுக்க மாட்டார்கள்.
இவர்களின் பலம் பலவீனம் எல்லாமே இவர்களின் குணம்
தான்.

யார் சிறந்தவன்:-

தன் வெற்றியினை எவ்வாறு தக்க வைத்துக்கொள்ள வேண்டும்
என்று சிந்திப்பவனை விட...
தன் தோல்வியினை எவ்வாறு
தகர்த்தெறிய வேண்டும் என்று
சிந்திப்பவனே சிறந்தவன்...

ஈ.த.விஜனாத் குமார்

<h2 style="text-align:center">நட்பு:-</h2>

நட்பு என்னும் நங்கூரத்தின் உதவியினால் தைரியமாக இருக்கின்றேன் கடல் என்னும் வாழ்க்கையில்....

<h2 style="text-align:center">மழலையின் சிரிப்பு:-</h2>

ஆயிரம் கவலைகளை மறக்கவல்லது ஒரு மழலையின் சிரிப்பு....
மழலையின் சிரிப்பின் முன்பு
மரணமும் மண்டியிட்டு தான் போகும்....

எதுவும் கடந்து போகும்:-

கலங்கிய நீரும்
குழம்பிய மனமும்
நிச்சயம் ஒரு நாள்
தெளிந்தே தீரும்.
கவலை வேண்டாம் சகோதரா
எதுவும் கடந்து போகும்
இதுவும் கடந்து போகும்.

வாழ்க்கை தத்துவம்:-

நமக்கு வெளியில் இருக்கும் எதிரிகளை அழிக்க நினைப்பதை
விட நமக்கு(உ)ள்ளே இருக்கும் எதிரிகளை(கோவம்,
கர்வம்,வன்மம்) அழிக்க நினைத்தாலே போதும் நம்முடைய
வாழ்க்கை நிம்மதியாக இருக்கும்......

ஈ.த.வினோத் குமார்

மனிதாபிமானம்

ஒருவரின் கண்ணீரை துடைக்க

அவர் உன்னுடைய சகோதரனாகவோ, உறவினராகவோ

அல்லது நண்பனாகவோ இருக்க வேண்டும் என்ற அவசியம்

இல்லை...... மாறாக

நீங்கள் நல்ல உள்ளம் கொண்ட மனிதனாக இருந்தால் போதும்!

சாலையும் வாழ்க்கையும்

சாலையில் எவ்வளவு பெரிய வேகத்தடை வந்தாலும்

உன்னால் வேகத்தை குறைத்துக்கொண்டு

மெதுவாக செல்ல முடியுமேயானால்

சாலையில் விபத்துகளை தவிர்க்க முடியும். அதுபோல

வாழ்க்கையில் எவ்வளவு பெரிய துயரம் ஏற்பட்டாலும்

உன்னால் நிதானமாக சிந்தித்து முடிவு

எடுக்க முடியுமேயானால் வாழ்க்கையில் தோல்விகளை

தவிர்க்க முடியும்.........

கடந்த காலம்:-

கடலலை நிற்பதில்லை

காற்றும் நிற்பதில்லை

கார்மேகமும் நிற்பதில்லை

கணநேரம் கூட காலம் நிற்பதில்லை

கடந்த காலத்தில் நீ மட்டும் நிற்பது ஏனோ!

கடல் அலை:-

வாழ்க்கை என்பது கடல் போன்றது

அதில் உல்ல அலைகளைப்போன்றது தான் பிரச்சனைகள்.

கடலையும் அலைகலையும் எப்படி பிரிக்க முடியாதோ

அதுப்போல தான் மனிதனையும் பிரச்சனைகளையும் பிரிக்க

முடியாது..........

ஈ.த.விஜனாத் குமார்

காதலிக்கும் மனது:-

காதலிக்கும் மனதை எல்லாருக்கும் கொடுத்த கடவுள். ஏனோ
காதலித்த மனிதர்களை மட்டும் எல்லாருக்கும் கொடுப்பது
இல்லை.

செல்வம்:-

சூரியன் எத்திசையில் உள்ளதோ அத்திசையை நோக்கியே
இருக்குமாம் சூரிய காந்தி மலர்.....
அதைப்போன்று தான் மனிதர்களும் செல்வம் எவரிடத்தில்
உள்ளதோ
அவரிடத்தை நோக்கியே இருப்பார்கள்........

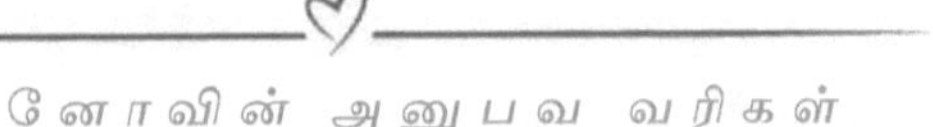

கண்டுகொள்ளப்படாத உயிர் தியாகங்கள்:-

விவசாயிகளும் இராணுவ வீரர்களும் நம் நாட்டின் இரண்டு கண்களாக கருதப்படுபவர்கள்.

ஆனால் பலர் இதை ஏனோ இன்று மறந்துவிட்டார்கள்.

இப்போது அவர்களின் நிலைமை மிகவும் மோசமாக இருக்கின்றது.

ஊருக்கே உணவளிக்கும் விவசாயி இன்று உண்ணாமல் உண்ணாவிரதம் இருந்து இறந்துகொண்டிருக்கின்றான்.

தன் சொந்த குடும்ப பிரச்சனைக்காக தற்கொலை செய்து கொள்ளும்

சினிமா நடிகர்களுக்காக துடித்து கண்ணீர் விடும் நாம் ஏனோ வேளாண் சட்டத்திற்கு எதிராக போராடி தங்கள் உயிரை தியாகம் செய்த விவசாயிகளை கண்டுகொள்ளாமல் சென்று கொண்டிருக்கின்றோம்.

அங்கு அவர்கள் போராடுவது அவர்கள் குடும்பத்திற்காக மட்டுமல்ல நம் நாட்டில் வாழும் அனைத்து குடும்பங்களுக்காகவும் தான் என்பதை மறவாதீர்கள்.

ஈ.த.விநோத் குமார்

நடிகர்களுக்கு கொடுக்கின்ற மரியாதையை எப்போது விவசாயிகளுக்கும் கொடுக்கின்றோமோ அன்று தான் நாடு சரியான பாதையில் வளர்ச்சியை நோக்கி சென்று கொண்டிருக்கின்றது என்று அர்த்தம்.

இளைஞர்களிடம் எழுச்சி என்பது எழாத வரை இது எதுவும் சாத்தியமில்லை.எழுச்சி மிகுந்த இளைஞர் படையை உருவாக்குவோம் நம் நாட்டில் விவசாயத்தை எழுச்சி பெற செய்வோம்....

கொடிய நோய்:-

ஒருவனுடைய பசி என்னும் கொடிய நோயை உன்னால்
குணபடுத்த முடியுமேயானால் உன்னை விட சிறந்த மருத்துவர்
இவ்வுலகில் வேறு யாரும் இல்லை...

வெற்றி:-

யாரையும் தேடிச்செல்லாத அவமானம் தான் மிஞ்சும்,
யாரையும் எதிர்ப்பார்க்காதே ஏமாற்றம் தான் மிஞ்சும்,
இந்த பொய்யான் உலகத்தில் யாரையும் நம்பி இருக்காதே,
உன்னை மட்டுமே நம்பி இரு வெற்றி உன்னை வந்தடையும்

ஈ.த.வினோத் குமார்

புரிதல்:-

பெற்றோர்கள் தங்களுடைய பிள்ளைகளின் சந்தோசத்திற்காக
ஆயிரம் தியாகங்கள் செய்தாலும்
அவர்களின் உள்ளத்தை புரிந்திக்கொள்வதில் மட்டும்
தோற்றுத்தான் போகிறார்கள் காலம்காலமாக....

மகிழ்ச்சி:-

என்னவள் இல்லாத சொர்க்கத்தை விட என்னவள் இருக்கும்
நரகம் எனக்கு நூறு மடங்கு மகிழ்ச்சியை தரும்.

பாதை:-

நான் தேர்ந்தெடுத்த பாதை வித்தியாசமாக இருக்கலாம்,
அதனால் அந்த பாதை தவறானது என்று அர்த்தமல்ல.

பொறியியல் மாணவன்

கால் நூற்றாண்டை கடக்கவிருக்கும் நான்
வாழ்க்கையில் இது வரைக்கும்
கிடைத்த (பிடிக்காத) பல வாய்ப்புகளை தவர விட்டும்
கிடைக்காத(பிடித்த) வாய்ப்பிற்காக காந்திருந்தும்
எண்ணற்ற நாட்களை தவர விட்டேன்.
என்ன செய்வதென்று அறியாமல்!

மதிப்பு:-

மதிப்புள்ள ரூபாய் நோட்டுகள் அமைதியாக இருக்கின்றது
மதிப்பில்லா சில்லரை காசுகள் தான் அதிகமாக சத்தம்
போடுகிறது.
மனிதர்களும் அப்படித்தான்!

ஈ.த.வினோத் குமார்

விதியும் மதியும்:-

எல்லாம் என் விதி என்று நினைப்பவன்

ஒரு நாள் நடு வீதிக்கு வந்து விடுவான்..

எல்லாம் என் மதி(அறிவு) என்று நினைப்பவன்

ஒரு நாள் அந்த மதி(நிலவு)க்கே சென்று வருவான்.......

தங்கை:-

தங்கை என அழைக்கபடுபவள் தன்னுடன் பிறந்திருக்க

வேண்டும் என்ற அவசியம் இல்லை....

தன்னுடன் பிறந்திருந்தால் நன்றாக இருக்கும் என்ற

எண்ணம் பிறந்தாலே போதும்........

தேர்வு:-

நம்முடையது அல்லாத உறவுகளை நமக்கு மிகவும்
நெருக்கமாக்கி தேர்வு வைக்கிறது காலம்.
தேர்வில் வெற்றி அடைந்தால் அந்த உறவுகள் தந்த
இனிமையான நினைவுகளால் வாழ்க்கையில் ஆனந்தமாக
பயணிக்கலாம். ஆனால்
தேர்வில் தோல்வி அடைந்தால்
அந்த உறவுகள் தந்த காயத்தால் கசப்பான நினைவுகளால்
வாழ்க்கையில் கண்ணீருடன் பயணிக்க நேரிடும்.

எதுவும் நிரந்தரமில்லை:-

எதுவும் கையில் கிடைப்பதற்கு முன்பே கனவுகளை
வளர்த்துக்கொள்ளாதே....
ஏனெனில் சில சமயம் கையில் கிடைத்தவைகளே இவ்வுலகில்
நிரந்தரம் இல்லாமல் போகின்றது.....

வாழ்க்கை:-

வாழ்க்கையில் விழவே கூடாது என்று நினைத்தால்
வாழ்க்கையை வாழவே முடியாது.
முதலில் விழுந்தால் தான் பிறகு எழ முடியும்.

தனி மரம் தோப்பாகாது:-

தனி மரம் தோப்பாகாது.
ஆனால் தனி மரத்தால் ஒரு தோப்பை உருவாக்க முடியும்.
தனி மனிதன் சமூகமாகமாட்டன்.
ஆனால் தனி மனிதனால் ஒரு சமூகத்தை உருவாக்க முடியும்.

போராடு:-

தொடர்ந்து வெளிச்சத்தை கொடுக்கும் சூரியனைப் பார்த்து பயம் கொள்ளும் இருளை போல, தொடர்ந்து போராடும் உன்னை பார்த்து தோல்வியும் பயம் கொள்ளும்.

மனமும் குணமும்:-

மனிதனின் குணமானது மரம் போன்றது, என்றும் நிலையயானது,......ஆனால்
மனிதனின் மனமோ குரங்கு போன்றது, நிலையானதன்று மாறாக மாறிக்கொண்டே இருக்கும்.

வெற்றி:-

முடியும் என்று முயற்சி செய்தால்
அதை தொடர்ந்து செய்தால்
அதற்கு முடிவு இல்லாமல் இருந்தால் நிச்சயம் ஒருநாள்
வெற்றி உந்தன் வசப்படும்.

மதிப்பு:-

ஒரு இலையை சாப்பிடுவெதற்கு முன்பு வாழை இலை என்றும்
சாப்பிட்டதற்கு பிறகு எச்சில் இலை என்றும்
சொல்லும் உலகமடா இது.
உங்களிடத்தில் அவர்களின் தேவையை பொருத்தே
உங்களின் மதிப்பு.

நிறம்:-

நிறம் பார்த்து பழகவும் செய்யாதே, நண்பா கருமை நிறமென்று ஒதுக்கியும் வைக்காதே.

உன் நிழல் கூட கருமை தானடா,

நண்பா அதையும் கொஞ்சம் நினைவில் கொள்ளடா.

நிறம் என்பது தோலுக்கு தானடா, நண்பா தோள் கொடுக்கும் உள்ளத்து கேதுடா..

கனவுகள்:-

வெறும் கனவுகளோடு நேரத்தை கடத்துவதில் எந்த பயனும் இல்லை.

நாற்று நட்டு விட்டோம் என்பதால் மட்டுமே பயிர்கள் வளராது அல்லவா.

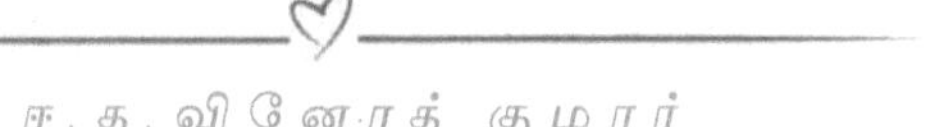

ஈ.த.வினோத் குமார்

கலவி:-

பள்ளிகளில் கல்வி அறிவோடு சேர்த்து கலவி பற்றியும் நல்ல விதமாக சொல்லி கொடுங்கள்.அப்போது தான் எதிர்காலத்தில் கற்பழிப்பு என்ற சொல் காணாமல் போகும்.

வெற்றி எனும் இலக்கு:-

எந்த ஒரு விளையாட்டாக இருந்தாலும் யாரோ ஒருவர் தோற்று தான் போக வேண்டும். ஆனால் அந்த தோல்வி நிரந்தரமில்லை, தோல்வி தான் வெற்றிக்கு முதல் படி என்று நினைபவர் மட்டும் வாழ்க்கை எனும் ஓட்டப்பந்தயத்தில் வெற்றி எனும் இலக்கை அடைந்து தான் ஆக வேண்டும்.

வாழ்க்கை:-

மன அழுத்தம் இல்லாத
வேலை இல்லை.
நஷ்டம் இல்லாத
தொழில் இல்லை.
கஷ்டம் இல்லாத
விவசாயம் இல்லை.
சண்டை இல்லாத
உறவு இல்லை.
பிரச்சனை இல்லாத
மனிதன் இல்லை.
இவை அனைத்தையும் சந்தித்து சாதித்தால் தான் வாழ்க்கை..

சூழ்நிலை:-

ஒருவரின் சூழ்நிலை என்னவென்று அறிந்து கொள்ளாமல்
அவரை பழிப்பது நியாயம் ஆகாது...

வாழ்க்கை தத்துவம்:-

நீங்கள் உங்கள் உறவுகளின் உணர்ச்சிகளுக்கு
கட்டுப்படுபவர்கள்
என்றால் தயவுசெய்து உங்களின் வாழ்க்கையில்
எதிர்பார்ப்புகளையும் ஆசைகளையும் குறைத்து
கொள்ளுங்கள். ஏனெனில் உறவுகளின் உணர்ச்சிகளுக்கு
கட்டுபட்டவன் எதிர்பார்ப்புகளையும் ஆசைகளையும்
வளர்த்துக் கொண்டால் காலம் முழுவதும் நிறை வேறா
ஆசைகளுடன் வாழ்வது அவனாக தான் இருப்பானே தவிர
அவர்கள் அல்ல.

பெண்கள்:-

பெண் என அழைக்கப்படுபவள்
கோவத்தில் ஞாயிறாகவும்,
அறிவில் திங்களாகவும்,
அழகில் அருந்ததியாகவும்,
செல்வத்தில் செவ்வாயாகவும்,
பொறுமையில் பூமியாகவும்,
பொறாமையில் புதனாகவும்,
விவேகத்தில் வியாழனாகவும்,
புனிதத்தில் வெள்ளியாகவும்,
வேகத்தில் சனியாகவும்,
திகழ வேண்டும்.

முதல் காதல்:-

முதல் காதலிலேயே வெற்றி பெறுவதென்பது வரம்,
அதை பாதியிலேயே விட்டு செல்வதென்பது சாபம்.

காதலில் விழுந்தேன்:-

எல்லோரும் வாழ்க்கையில் ஒரே முறை தான் காதலில்
விழுகிறார்கள் என்று கூறுகிறார்கள். ஆனால் அது தவறு,
ஏனென்றால் உன்னைப் பார்க்கும் ஒவ்வொரு முறையும் நான்
காதலில் விழுந்துக்கொண்டே தான் இருக்கின்றேன்.

வினோவின் அனுபவ வரிகள்

நிழல்:-

நீ என்னை மறந்தாலும் மணந்தாலும்,
பிரிந்தாலும் சேர்ந்தாலும்
நான் மட்டும் உன்னை பிரியாத நிழலாய் பின் தொடர்ந்து
கொண்டே இருப்பேன் வாழ்வின் இறுதி மூச்சு வரை.

வலிமையானவன்*:-*

அழவைப்பவன் வலிமையானவன் அல்ல. அழுதாலும்
மீண்டும் எழுந்து பிரச்சனைகளை எதிர்கொள்பவனே
வலிமையானவன்.

ஈ.த.விநோத் குமார்

வாழ்க்கை தத்துவம்:-

வாழ்க்கையில் பல ஏற்ற இறக்கங்களை சந்தித்தவன் நான்.
ஏற்றத்தின் போது போற்றுவதும்
இறக்கத்தின் போது தூற்றுவதும் தான் மனிதர்களின் குணம்
என்ற வாழ்க்கை தத்துவத்தை உணர்த்துவது தான் காலம்.

நினைவுகள்:-

யாராக இருந்தாலும் பிறப்பு ஒரு முறை இறப்பு ஒரு முறை என
இருக்க அவர்கள் தந்து விட்டு சென்ற நினைவுகளும்
அவர்களை பிரிந்த துன்பங்களும் மட்டும் ஏனோ பல முறை
வாட்டி வதக்கி கொண்டு தான் இருக்கின்றது நாம் சாகும் வரை.

செருப்பு:-

உன் காலில் இருக்கும் செருப்பாக நான் இருந்தால் என்னை கழட்டி வீசி விடலாம்.ஆனால் நானோ உன் உடலில் இருக்கும் காலை போன்றவன் என்னை கழட்டவும் முடியாது வீசவும் முடியாது..

காத்திருப்பது:-

என்றாவது ஒரு நாள் வருவார்கள் என்று காத்திருப்பது ஆசை. என்றும் வரமாட்டார்கள் என்று தெரிந்தும் காத்திருப்பது அன்பு.

கற்றுக்கொள்:-

காகத்திடம் ஒற்றுமையை கற்றுக்கொள்.
கழுதையிடம் உழைப்பை கற்றுக்கொள்.
நாயிடம் விசுவாசத்தை கற்றுக்கொள்.
நரியிடம் தந்திரத்தை கற்றுக்கொள்.
பசுவிடம் அன்பை கற்றுக்கொள்.
புறாவிடம் அமைதியை கற்றுக்கொள்.
சிங்கத்திடம் ஆளுமையை கற்றுக்கொள்.
சிறுத்தையிடம் வேகத்தை கற்றுக்கொள்.
பூனையிடம் விவேகத்தை கற்றுக்கொள்.
புலியிடம் வீரத்தை கற்றுக்கொள்.

எது காதல்;-

எல்லாருடைய காதலும் கல்யாணத்தில்
முடிவதும் இல்லை.
எல்லாருடைய கல்யாணமும் காதலில்
தொடங்குவதும் இல்லை.
காதல் என்பது கல்லறை வரை தொடர்வதே அன்றி
கல்யாணத்தில் தொடங்குவதோ
கல்யாணத்தில் முடிவதோ அல்ல.

விவசாயிகள் தினம்:-

விவசாயம் என்பது வெறும் சொல் அல்ல ஒரு மனிதனின்
அடையாளம்.
விவசாயி என்பவன் வெறும் மனிதன் அல்ல நமக்கு
உணவளித்துக்கொண்டிருக்கும் தெய்வம்.

நாம் சோற்றில் கை வைக்க வேண்டுமென்றால் அதற்கு அவன்
சேற்றில் கால் வைக்க வேண்டும்.
நாம் எல்லோரும் நம் வீட்டில் உள்ளவர்களுக்கு மட்டும்
உணவளிக்க உழைத்துக் கொண்டிருக்க, விவசாயியோ
உலகத்தில் உள்ள அனைவருக்கும் உணவளிக்க உழைத்துக்
கொண்டிருக்கின்றான்.

நாம் தினமும் உண்ண காரணமான உழவன் இன்று
உண்ணாமல் உண்ணா விரதம் இருக்கின்றான்.
இவர்களின் (விவசாயிகளின்) போராட்டத்தை கண்டுகொள்ள
நாதியில்லா இந்த நாட்டிற்கு விவசாயிகள் தினம் ஒரு கேடா!

ஒரு நாள் கூத்து என்பதற்கேற்ப விவசாயிகள் தினம் அன்று ஒரு
நாள் மட்டும் இந்தியா ஒரு விவசாய நாடு,

இந்தியாவின் முதுகெலும்பு விவசாயம். விவசாயத்தையும்,
விவசாயிகளையும் பாதுகாப்போம் என்ற வாசகங்களை சமூக
ஊடகங்களில் பதிவிட்டு விட்டு அதன் பிறகு சில வேசி
ஊடகங்களில் ஒளிபரப்பாகும் நிகழ்ச்சிகளை
பதிவிட்டுக்கொண்டிருந்தால் விவசாயம் வளராது.

மற்ற துறைகளில் வேலை செய்ய ஆர்வம் காட்டும்
இளைஞர்கள் எப்பொழுது விவசாய துறையிலும் ஆர்வம்
காட்டுகிறார்களோ அன்றே விவசாயம் வளர ஆரம்பிக்கும். அது
வரை விவசாயம் மட்டுமல்ல விவசாயம் என்ற சொல்லும்
தேய்ந்தே தான் போகும்.

மாற்றம் என்னிலோ உன்னிலோ மட்டும் ஏற்பட்டால்
போதாது.
மாற்றம் நாம் அனைவரிடத்திலும் ஏற்பட வேண்டும். மாற்றம்
ஒன்றினால் மட்டுமே இவ்வுலகினில் விவசாயத்தையும்,
விவசாயிகளையும் நிலைத்திருக்க செய்ய முடியும்.

நம் நாட்டில் விவசாயம் எப்பொழுது வளர்கிறதோ
அப்பொழுது தான் நம் நாடு வல்லரசாகும்......

எப்படி இருக்கு வேண்டும்:-

அன்பாக இரு, ஆணவமாக இருக்காதே!.

கனிவோடு இரு, களவாணியாக இருக்காதே!.

குறிக்கோளோடு இரு, குழிபறிபவனாக இருக்காதே!.

விரும்பும்படி இரு, வெறுக்கும்படி இருக்காதே!.

சுதந்திரமாக இரு, சோம்பேறியாக இருக்காதே!.

தந்திரமாக இரு, தருதலையாக இருக்காதே!.

உறுதியாக இரு, ஊதாரியாக இருக்காதே!.

நம்பிக்கையாக இரு, நாதாரியாக இருக்காதே!.

மனிதனாக இரு, மதங்கொண்ட யானையாக இருக்காதே!.

ஈ.த.வினோத் குமார்

அதிசயம்:-

இறக்கை உள்ள பறவை
அது வானில் பறப்பதில்
இல்லை அதிசயம். ஆனால்
இறக்கை இல்லா மங்கை
அவள் என்னுள் பறப்பதில் தான் உள்ளது அதிசயம்.

நேசித்தல்:-

ஒருவரை நேசித்தல் என்பது உங்கள் தைரியத்தை குறிக்கின்றது
என்றால் ஒருவரால் நேசிக்கப்படுதல் என்பது உங்கள்
வலிமையை குறிக்கின்றது.

இதயம்:-

நமக்கு பிடித்தவர்களில் சிலர் நம் வாழ்கையில் இல்லாமல் இருக்கலாம். ஆனால் எப்போதும் நம் இதயத்தில் இருப்பார்கள்.

தவறை சுட்டி காட்டுதல்:-

ஒருவரின் தவறை சுட்டி காட்டுவதற்கும் ஒருவரை குறை கூறுவதற்கும் இடையேயான வேறுபாடானது அமிர்தத்திற்கும் விஷத்திற்கும் இடையேயான வேறுபாட்டினை போன்றது..

அம்மா:-

அப்பா மகன் இருவரில் யாருக்கு கோவம் வந்தாலும் அந்த கோவத்திற்கு பலி ஆவதென்னவோ அம்மா தான்.

அப்பா மகன் இருவருக்கும் இடையே பாலமாக இருப்பதும் அம்மா தான்.

தனக்கு துன்பம் வரும்போதும் தான் துன்பத்தில் வாடும்போதும் அதை தனக்குள்ளே வைத்துகொண்டு வெளியில் சிரிப்பவளும் அம்மா தான்.

உழைத்து உணவு கொடுப்பவர் அப்பா என்றால் தன் உதிரத்தையே பாலாக கொடுப்பவள் அம்மா தான்.

தன் ஆசைகளை துறந்து விருப்பங்களை விடுத்து இலட்சியங்கள் எதுவும் இல்லாதவளாய் தன் வாழ்க்கையையே தியாகம் செய்பவள் அம்மா தான்.

அம்மாவின் பலம் பலவீனம் எல்லாமே அப்பா தான்.ஆனால் ஏனோ அதை அப்பா அவருக்கு சாதகமாக பயன்படுத்தி கொண்டு அவரும் பலவீனம் அடைந்து அம்மாவையும் பலவீனம் அடைய செய்து கொண்டிருக்கிறார்.

அம்மாவின் பலம் தான் தன் பலமும் என்று அப்பா உணரும் தருணம் இலைகள் உதிர்ந்த மரத்தில் புதியதாக முளைக்கும் இலைகளை போன்று புதிய வாழ்க்கை தொடங்க காரணமாக இருக்கும்.

மார்கழி மாத திங்கள்:-

அள்ள அள்ள அளிக்கும் ஊற்று கேணியை போன்று அன்பை அளிப்பவளே.

எல்லா காலங்களிலும் மாறி மாறி பொழியும் மாரியை போன்று கருணையை பொழிபவளே.

பார்க்க பார்க்க மெருகேரும் பவளத்தை போன்று மேனியை கொண்டவளே.

என்றுமே வற்றாத ஆழியை போன்று ஆற்றலை உடையவளே.

மார்கழி மாத திங்களை போன்று அழகினை கொண்டவளே.

சித்திரை மாத ஞாயிறை போன்று கனலை கக்குபவளே.

தன் மழலையின் பசி தீர்க்கும் தாயை போன்று என் ஆசையை தீரப்பவளே.

என் இனியவளே நீ என்னை நாடி வருவது எப்பொழுதோ என் துயரம் தீருவதும் அப்பொழுதே....

 விேனாவின் அனுபவ வரிகள்

வாழ்க்கை தத்துவம்:-

அனுபவம் ஒருவனை கை பிடித்து முன் நோக்கி அழைத்து செல்லும்.

ஆணவம் ஒருவனை கால் பிடித்து பின் நோக்கி இழுத்து செல்லும்.

மகிழ்ச்சி:-

நாம் நேசித்தவர்களுக்காக செலவழித்த பல நாட்களை விட, நம்மை நேசிப்பவர்களுக்காக செலவழிக்கும் சில நிமிடங்கள் அதிக மகிழ்ச்சியை தரும்.

ஈ.த.வினோத் குமார்

முயற்சி:-

வாழ்க்கையில் எதுவும் அவ்வளவு எளிதாக
கிடைக்காது. ஆனால் முயன்றால்
எதுவும் அவ்வளவு கடினமாக இருக்காது.

துன்பம்:-

ஒருவர் பிறக்கும் போது தன் குடும்பத்திற்கு தந்த இன்பத்தை
விட அவர் இறக்கும்போது தந்து விட்டு சென்ற துன்பமானது
பல மடங்கு அதிகம்.

சிரிப்பு:-

நாம் புகைப்படத்திற்காக சிரிக்கும் சிரிப்பானது அந்த
புகைப்படத்திற்கே அழகு சேர்க்கின்றது என்றால் அதே
சிரிப்பு வாழ்நாள் முழுவதும் தொடர்ந்தால் நம் வாழ்க்கை
எவ்வளவு அழகாக இருக்கும்.

நிம்மதி:-

மனதை ஒழுங்கு படுத்தியும்
மதியை தெளிவு படுத்தியும்
செய்யப்படும் செயல்களால் கிடைப்பதே
நிம்மதி எனும் மூல தனம்.

ஈ.த.வினோத் குமார்

மாறாதது:-

மாறுவது ஆசைகளாக இருக்கலாம்

மாறாதது அன்பாக இருக்க வேண்டும்.

வருவது துன்பமாக இருக்கலாம்

போகாதது நம்பிக்கையாக இருக்க வேண்டும்.

மாறுவது வார்த்தைகளாக இருக்கலாம்

மாறாதது வாக்காக இருக்க வேண்டும்.

உயிர் நண்பன்:-

உயிர் நண்பன் என்று வெறும் வார்த்தையில்

உரைப்பவனெல்லாம் உயிர் நண்பன் ஆகிவிட முடியாது..

எந்த சூழ்நிலையிலும் நம்மை விட்டு செல்லாமலும்

எவரிடத்திலும் நம்மை விட்டு கொடுக்காமலும் இருப்பவனே

உயிர் நண்பன் என்ற சொல்லுக்கு உரியவனாக இருக்க முடியும்..

அருமை:-

ஒரு சிறந்த புத்தகத்தின் அருமை படித்தால் தெரியும்.
ஒரு சிறந்த சமையலின் அருமை புசித்தால் தெரியும்.
ஆனால் ஒரு சிறந்த காதலின் அருமை
பிரிந்தால் மட்டுமே தெரியும்.

காதல்:-

காதல் இல்லாத மனதில் காதலை தேடினால் கிடைக்காது.
காதல் இருக்கும் மனதால் காதலை மறைக்க முடியாது.

பயம்:-

நீ எதை பார்த்து பயந்து ஓடுகின்றாயோ
அது உன்னை விடாமல் துரத்திக் கொண்டே இருக்கும்.
ஒருமுறை எதிர்த்து நின்று பார் அந்த பயமே
உன்னை பார்த்து பயந்து ஓடும்.

ஆசை:-

உன்னால் கேட்க முடியாது என்றால் ஆசை படாதே.
உன்னால் கொடுக்க முடியாது என்றால் ஆசை காட்டதே.

அன்பு:-

பெட்ரோல் டீசல் விலையும்
நான் உன் மீது கொண்ட அன்பும்
ஏறிக்கொண்டே இருக்குமே தவிர
ஒருபோதும் குறையாது.

காதல்:-

பார்க்கும்போது பார்க்காதது போல் நடிப்பதும்
பார்க்காத போது பார்க்க துடிப்பதும் தான் காதல்.

ஈ.த.வினோத் குமார்

நினைவு:-

உன்னை பார்க்காமல் ஒரு மணி நேரம் இருக்க முடியும்.
உன்னிடம் பேசாமல் ஒரு நாள் இருக்க முடியும். ஆனால்
உன்னை நினைக்காமல் ஒரு நொடி கூட இருக்க முடியாது.

இது தான் காதலா:-

உன்னை நினைக்கும் போதெல்லாம் வரும் கவிதையோடு
சேர்த்து ஏனோ என் கண்களில் கண்ணீரும் வருகின்றதடி.
நம் காதல் வெற்றி பெறுமா இல்லை என் கண்ணீர் தான் வற்றி
விடுமா...

ஒரு திருநங்கையின் குமுறல்:-

நங்கை என்றால் பெண்களில் சிறந்தவள் என்றும். திருநங்கை என்றால் பெண்களில் சிறந்தவர்களுக்கு மரியாதை கொடுக்கவேண்டும் என்பதே பொருளாகும். ஆனால் இன்றோ நாங்கள் அவமரியாதைக்கு மறுப்பெயராகவும் அவமானங்களுக்கும் அலட்சியங்களுக்கும் புனைப் பெயராகவும் உள்ளோம்.

பிறந்தபோது கொஞ்சிய பெற்றோர்கள், சேர்ந்து வளர்ந்த உடன்பிறந்தவர்கள், கூடி விளையாடிய நண்பர்கள் என அனைவரும் சற்று வளர்ந்து தோற்றத்தில் மாறுதலைக் கண்டதும் விரட்டியடிக்கும் அவலம்.

ஹார்மோன் குறைபாட்டினால் ஆணிலிருந்து பெண்ணாக மாறிய நாங்கள் அனுபவித்த, அனுபவித்து கொண்டிருக்கின்ற வலிகளை வார்த்தைகளால் கூறமுடியாது.

நாங்கள் வயதுக்கு வந்ததில்லை. ஆனால் பல சிவப்பு விளக்கு பகுதிகள் எங்களுக்கானது.

எங்களின் வயிற்று பசிக்காக பலரின் உடல் பசியை தீர்க்கும் பரிதாபத்திற்குரிய அவலம் எங்களுடையது.

ஈ.த.விநோத் குமார்

நாங்களும் மனிதர்களே ஆனால் எங்களை ஒரு ஆணாகவோ
பெண்ணாகவோ அங்கீகரிக்காத சமூகம் ஆண்பாதி பெண்பாதி
என்பதால் அரவானி என்றும்,
எங்களுக்கென்று ஒரு எண்ணை ஒதுக்கி ஒன்பது என்றும்
அசிங்கப்படுத்திக் கொண்டிருக்கிறார்கள்.

சில ஆண்கள் எங்களை போன்று வேடம் தரித்து ஓடும்
இரயிலிலுல்,வீதியில் இருக்கும் கடைகளிலும் பணவேட்டை
நடத்தி கொண்டிருகிறார்கள்.நாங்கள் இயற்கையின் சதியினால்
திருநங்கையாக மாறினோம்.ஆனால் இவர்களோ
தெருவீதியில் பிச்சையெடுக்க திருநங்கையாக
மாறிக்கொண்டிருக்கிறார்கள்.

எங்களில் பலருக்கு எண்ணற்ற திறமைகள் இருந்தும்
எங்களுக்கான வாய்ப்பு மட்டும் ஏனோ இன்னும்
மறுக்கப்பட்டுக் கொண்டிருக்கிறது.

உயிர் கொடுத்த தாயோ என்னை அசிங்கம் என்று ஊரை விட்டு
தள்ளி வைக்க.உயிருக்கு உயிராக வளர்த்த தந்தையோ ஊருக்கு
பயந்து ஒதுங்கி நிற்க ,ஒற்றி உறவாடிய சொந்த பந்தமெல்லாம்
ஒன்று கூடி விரட்ட நானோ செய்வதறியாமல் தடம்
மாறிபோனேனே!

எத்தனையோ பிரச்சனைகளும், வருத்தங்களும் எங்களுக்கும்
இருக்க
இதை புரிந்துக்கொள்ள மட்டும் ஏனோ நாதி ஏதும் இங்கு
இல்லையே..

பிறக்கும்போது ஆணாக பிறந்த நாங்கள் குறிப்பிட்ட வயதில்
பெண்ணாக மாறுவது எங்கள் குற்றமா?
இல்லை எங்களை பெற்ற எங்களின் பெற்றோரின் குற்றமா?
இல்லை எங்களை படைத்த கடவுளின் குற்றமா?

தீண்டதகாதவன்:-

நான் உன்னை செதுக்குவதற்கு முன் நீ கல் நான் சிற்பி.
நான் உன்னை செதுக்கியதற்கு பின் நீ கடவுள் நான்
தீண்டதகாதவன்.
உனக்கு கடவுள் என்ற புனிதமான அடையாளம் கொடுத்த
என்னை தீண்டதகாதவன் என்று இந்த சமூகம் ஒதுக்கியது
ஏனோ!
ஒருவேளை இது தான் வரம் கொடுத்தவன் தலையிலேயே கை
வைப்பதோ!

எதிர்மறை எண்ணங்கள்:-

நீங்கள் எதையாவது தீயிலிட்டு பொசுக்கியே
ஆகவெண்டுமென்றால் சுற்று சூழலை மாசுபடுத்தும்
பொருட்களை விடுத்து மனதை மாசுபடுத்தும் எதிர்மறை
எண்ணங்களை பொசுக்குங்கள்.

காதல் அழகானது
நட்பு உண்மையானது:-

காதல் அழகானது சுகமானது ஆழமானது தான்.ஆனால் நட்பு உண்மையானது உன்னதமானது உயிரானது. பெரும்பாலான காதல் நட்பிலிருந்து தொடங்குவதால் காதலை விட நட்பு தான் சிறந்தது.

யார்:-

பட்டாம்பூச்சியின் சிறகில் ஓவியம் வரைந்தது யார்

பூக்களில் தேனை ஒளித்து வைத்தது யார்

மின்மினிப் பூச்சியில் ஒளியை வைத்தது யார்

மானின் உடம்பில் புள்ளி வைத்தது யார்

பச்சோந்திக்கு நிறம் மாற சொல்லி கொடுத்தது யார்

சிலந்திக்கு வலை பின்ன சொல்லி கொடுத்தது யார்

குயிலுக்கு பாட சொல்லி கொடுத்தது யார்

மயிலுக்கு ஆட சொல்லி
கொடுத்தது யார்

ஈ.த.வினோத் குமார்

ஒரு நிமிடம்:-

ஒரு நிமிடத்தில் நம் வாழ்க்கை ஒன்றும் மாறிவிடாது.ஆனால் ஒரு நிமிடம் நாம் யோசித்து எடுக்கும் முடிவு மட்டும் நம் வாழ்க்கையை மாற்றிவிடும்.

சாதனை:-

சோதனைகளை கண்டு அஞ்சுபவன் வேதனை அடைகின்றான். சோதனைகளை கடந்து செல்பவன் சாதனை அடைகின்றான்.

பெண்கள் பூனை அல்ல புலி:-

பெண்களே உங்களின் பலம் பலவீனம்
இரண்டும் உங்களின் எண்ணங்கள் தான்.
நீங்கள் உங்களை பூனை என்று நினைத்து
கொண்டிருக்கின்றீர்கள்.
ஆனால் நீங்கள் பூனை அல்ல புலி என்பதை உணருங்கள்.
அதன் பிறகு உங்களை யாரும் ஒன்றும் செய்ய முடியாது.

துன்பம்:-

ஒருவரை அதிகமாக நம்புவதும்
ஒருவரை அதிகமாக நேசிப்பதும் ஒருவரை அதிகமாக
எதிர்பார்ப்பதும் கடைசியில் அதிகமான துன்பத்தை தான்
தருமே தவிர அதிகமான இன்பத்தை அல்ல.

ஈ.த.விநோத் குமார்

யார் சிறந்தவன்:-

பணம் உள்ளவனை விட நல்ல குணம்
உள்ளவன் தான் ஆக சிறந்தவன்.

கவலை கொள்ளாதே:-

நடந்தது எதுவாக இருந்தாலும் நடந்ததை எண்ணி
ஒருபோதும் கவலை கொள்ளாதே ஏனெனில்,
நல்லது எனில் ஆனந்தத்தையும்,
கெட்டது எனில் அனுபவத்தையும்
தந்து விட்டு செல்ல போகிறது.

என்னவளே:-

உந்தன் அறிவை கண்டு

அந்த மதியும் மதிமயங்கி போகுதடி.

உந்தன் கோவத்தை கண்டு

அந்த கதிரவனும் கதிகலங்கி நிற்குதடி.

உந்தன் அழகைக் கண்டு

அந்த விண்மீனும் வியந்து பார்க்குதடி.

உந்தன் பொறுமையை கண்டு

அந்த பூமியும் தலை குணிந்து நிற்குதடி.

எது முக்கியம்:-

நீங்கள் எந்த அளவிற்கு காதலில் மூழ்கி இருக்கின்றீர்கள்

என்பது முக்கியம் அல்ல,

எந்த அளவிற்கு ஒருவர் மனதில் இன்னொருவர் மீது காதல்

உள்ளது என்பது தான் முக்கியம்.

ஈ.த.வினோத் குமார்

வரம்:-

அன்பே அழகே அமுதே
ஆழிமுத்தே ஆதியின் முதல் ஸ்வரமே,
என் அன்னையின் மறு உருவமே உன்னை வர்ணிக்க
வார்த்தைகள் எனக்கில்லையடி, இருந்தும்
வர்ணிக்கின்றேன் இறைவனிடம் வார்த்தைகள் வரம் கேட்டு.

அவமானம்:-

உன்னுடைய திறமையை நிருபிக்க
திறமையற்ற இடத்தை தேர்ந்தெடுத்தால்
உனக்கு அவமானம் தான் கிடைக்குமே தவிர
மரியாதை கிடைக்காது

சூரியன்:-

பணத்தை பார்த்து வரும் காதலானது தீபம் போன்றது.

அது எண்ணெய் இருக்கும் வரை தான் வெளிச்சம் தரும்.

ஆனால் மனதை பார்த்து வரும் காதலானது சூரியன் போன்றது.

அது இந்த உலகம் இருக்கும் வரை

வெளிச்சத்தை தந்து கொண்டே இருக்கும்.

நண்பன்:-

எத்தனை ஆண்டுகள் கல் தண்ணீரில் இருந்தாலும்

அதனுடைய கடினத்தன்மை துளியும் மாறாது. அதேபோல்

எத்தனை ஆண்டுகள் நண்பன் என்னை பிரிந்திருந்தாலும்

அவனுடைய அன்பு துளியும் மாறாது.

அன்பு:-

என் அருகில் நீ இல்லை என்பதினாலும்
என்னுடன் நீ பேசவில்லை என்பதினாலும்
உன்மேல் நான் கொண்ட அன்பு குறைந்துவிடும் என்று
ஒருபோதும் நினைக்காதே.
உன்னை நேசிக்க தெரிந்த என் இதயத்துக்கு ஏனோ உன்னை
வெறுக்க தெரியவில்லை..

அன்பின் ஏக்கம்:-

அன்புக்கு ஏங்கதோர் இவ்வுலகில் எவரேனும் உண்டோ!
உண்டு எனில் அது நிச்சயமாக உண்மையாக இருக்க
வாய்ப்பில்லை.
அவ்வாறு கூறுவதும் நூறு சதவிகிதம் பொய்யேயாகும்.
இவ்வுலகில் வாழ்ந்த,
வாழ்ந்து கொண்டிருக்கின்ற,
இன்னும் வாழவிருக்கின்ற எல்லா உயிர்களும் அன்புக்கு
ஏங்கியே ஆக வேண்டும்.
ஏனெனில் அன்பு ஒன்று தான் எல்லா செயல்களுக்கும்
மூலதனம்..

 வினோவின் அனுபவ வரிகள்

தேடலின் தீர்வு:-

தேடல் என்பது புதியது அல்ல.

தேடலில் உள்ளது தான் புதியது.

தேடலுக்கு முடிவு இல்லை.

தேடினால் கிடைக்காதது

எதுவும் இல்லை.

மனம் இருந்தால்

மார்க்கம் உண்டு.

மனம் வலுவிழந்தால்

மரணமும் உண்டு.

மரங்களின் தேடலுக்கு

மழை தீர்வு.

ஆணின் தேடலுக்கு

பெண் தீர்வு.

பெண்ணின் தேடலுக்கு

ஆண் தீர்வு.

காதலின் தேடலுக்கு

காமம் தீர்வு.

மலடி பட்டத்திற்கு

குழந்தை தீர்வு.

குழந்தையின் தேடலுக்கு

பால் தீர்வு.

மாணவனின் தேடலுக்கு

மதிப்பெண் தீர்வு.

படித்தவனின் தேடலுக்கு வேலை தீர்வு.

வேலையின் தேடலுக்கு

பதவி உயர்வு தீர்வு.

தோல்வியின் தேடலுக்கு

வெற்றி தீர்வு.

கவிஞனின் தேடலுக்கு அங்கீகாரம் தீர்வு.

தேடல்கள் பலவாக இருக்கும்போது.

தீர்வுகள் மட்டும் எப்படி ஒன்றாக இருக்க முடியும்.

தேடல்கள் எதுவாக இருந்தாலும்

தீர்வுகள் என்னவாக இருந்தாலும்

அதற்கு காரணம் என்னவோ நம்பிக்கை என்ற ஒற்றை மந்திரம்
தான்.

தேடல்களின் தீர்வு மனிதர்களை பொறுத்து மாறி கொண்டே
இருக்கும்.

எண்ணம்:-

தூங்குவதற்கு முன் என்னுடைய கடைசி எண்ணமும் நீயே
தூங்கி எழுந்த பின் என்னுடைய முதல் எண்ணமும் நீயே.

ஏமாற்றுதல்:-

என்றிலிருந்து உங்களால் கடினமாக உழைக்க
முடியவில்லையோ
அன்றிலிருந்து நீங்கள் ஏமாற்றுவதை வழக்கமாக கொள்வீர்கள்.

தகுதியானவன்:-

உலகத்திற்கு ஏற்றாற்போல் தன்னை
மாற்றிக்(சரிப்படுத்தி)கொள்பவனே
உலகை மாற்ற (சரிப்படுத்த) தகுதியானவன்...

ஒருதலை காதல்:-

திசை அறியாமல் கடலில் நிற்க்கும் கப்பலைபோன்றது.

புரிதல்:-

புரிதல் இல்லா உறவு உப்பு இல்லா உணவுக்கு சமம்..

கவனம்:-

எங்கும் எதிலும் தேவை கவனம்.
இல்லையேல் நம்மை செய்வார்கள் தகனம்.

கடினம்:-

சில நினைவுகளை மறந்து வாழ்வது எவ்வளவு கடினமோ,
அதனைவிடவும் கடினமானது சில நினைவுகளை மறக்காமல்
வாழ்வது..

காமம்:-

காதல் இருக்குமிடத்தில் காமம் இருக்கும், ஆனால்
காமம் இருக்குமிடத்தில் ஒரு துளியும் காதல் இருக்காது....

உயிரில்லா உடல்:-

கோவில் இல்லாத ஊர்

புத்தகம் இல்லாத வீடு

கருணை இல்லாத உள்ளம்

இவை அனைத்தும்

உயிரில்லா உடலுக்கு நிகரானது...

விவேகம்:-

வேகத்தை காட்டிலும் விவேகமே ஒருவனை வெற்றி பாதைக்கு
அழைத்து செல்லும்.

பாதுகாப்பு உறுதிமொழி:-

பாதுகாப்பு என்பது நம்மை மட்டுமல்ல நம்முடன் இருப்பவர்களையும் நம்மை சுற்றி இருப்பவர்களையும் சார்ந்தது.

கையுறை என்பது கையில் அணிவதற்கே அன்றி கையில் வைத்துக் கொள்வதற்கு அல்ல.
கையுறை இல்லை எனில் உன் கையின் மீது அக்கறை இல்லை என்பதே நிதர்சனம்.

தலைக்கவசம் என்பது தலையில் அணிவதற்கே அன்றி தரையில் வைப்பதற்கு அல்ல.
தலைக்கவசம் எனில் உனக்கு இல்லை ஒருவித உயிர்க்கவசம்.

கண்ணாடி என்பது கண்களில் அணிவதற்கே அன்றி நெத்தியில் அணிவதற்கு அல்ல.
கண்ணாடி இல்லை எனில் கண் சேதத்தை காலம் கூட தடுக்காது ஒரு வினாடி.

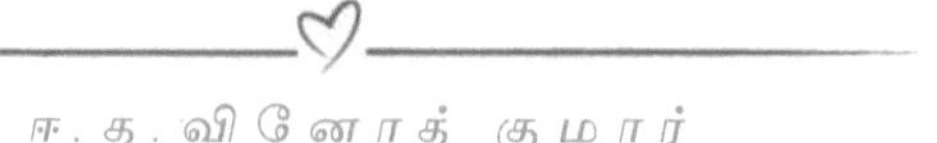

ஈ.த.வினோத் குமார்

பாதுகாப்பு காலணி என்பது பாதத்தை காப்பதற்கு அணிவதே
அன்றி பாதம் தெரியும் படி அணிவதற்கு அல்ல.
பாதுகாப்பு காலணி இல்லை எனில் பாதத்திற்கு மட்டும் அல்ல
உன் நாதத்திற்கும் இல்லை பாதுகாப்பு.

முகமூடி என்பது முகத்தை முழுவதும் மறைபதற்கு அணிவதே
அன்றி தாடைக்கு அணிவதற்கு அல்ல.
முகமூடி இல்லை எனில் முகத்திற்கு ஏற்படும் பாதிப்பை விட
அகத்திற்கு ஏற்படும் பாதிப்பே அதிகமாக இருக்கும்.

காது அணிகலன் என்பது காதுகளில் அணிவதற்கே அன்றி
கழுத்தில் அணிவதற்கு அல்ல.
காது அணிகலன் இல்லை எனில் உனக்கு இல்லை நரம்பை
பாதுகாக்கும் ஒருவித கொள் கலன்.

நாமும் பாதுகாப்பாக இருப்போம்.
நம்மை சுற்றி இருப்பவர்களையும் பாதுகாப்பாக இருக்க
செய்வோம்.

புரிதல்:-

உனக்கு வாழ்க்கையை பற்றி சரியான புரிதல் இருப்பின்
உன்னால் எந்த ஒரு புதிருக்கும் சரியான விடையை அளிக்க
முடியும்.

இதயம்:-

என் இதயத்தில் இருக்கும் காதலாக நீ இருந்திருந்தால் என்றோ
உன்னை மறந்திருப்பேன். ஆனால் நீயோ என் இதயமாகவே
இருக்கின்றாய்
உன்னை எப்படி மறப்பேனடி..

ஈ.த.விநோத் குமார்

ஈர்ப்பு விசை:-

புவி ஈர்ப்பு விசையினை காட்டிலும்
உந்தன் பார்வைக்கு ஈர்ப்பு விசை அதிகமடி.....

சிறை:-

உன்னுடைய ஒற்றை கண் பார்வையால்
என்னை ஓராயிரம் முறை சிறை செய்தவள் நீ....

எதிரி:-

நமக்குள் இருந்து நம் வளர்ச்சியை தடுக்கும் எதிரி சோம்பல்.

எழுச்சி:-

வீழ்ச்சி அடைந்த நாளை எண்ணி வாழ்ந்தால் வாழ்க்கையில் எழுச்சி கொள்ள முடியாமலே போய்விடும்.

நேர்மறை எண்ணங்கள்:-

எவனொருவன் எதிர்மறை எண்ணங்களை விடுத்து நேர்மறை எண்ணங்களை தொடுக்கின்றானோ அவனே வெற்றிகள் பலவற்றிற்கு சொந்தக்காரன் ஆகின்றான்.

ஈ.த.வினோத் குமார்

காதல்:-

அன்பே உன்னிடம் பேசியதில் ஒன்றை மட்டும் உணர்ந்தேன். காதல் என்பது கொடுத்தலே அன்றி திரும்ப பெறுதல் அல்ல என்று.

கொடிது:-

அரிதினும் அரிது இவ்வுலகில் பெண்ணாய் பிறத்தல் அரிது. கொடிதினும் கொடிது அப்பெண்
கற்பை இழந்திறத்தல் கொடிது.

நினைவுகள்:-

யாராக இருந்தாலும் பிறப்பு ஒரு முறை இறப்பு ஒரு முறை என
இருக்க அவர்கள் தந்து விட்டு சென்ற நினைவுகளும்
அவர்களை பிரிந்த துன்பங்களும் மட்டும் ஏனோ பல முறை
வாட்டி வதக்கி கொண்டு தான் இருக்கின்றது நாம் சாகும் வரை.

நம்முடையது:-

உயிருள்ளவையோ உயிரற்றவையோ அது எதுவாக
இருந்தாலும் சரி நம்முடையது தான் என்று எழுதி
வைத்திருந்தால் அது எந்த மூலை முடுக்குகளில் இருந்தாலும்
நிச்சயம் நம்மை வந்தடையும். நம்முடையது அல்லாதது நம்
அருகினில் இருந்தாலும் அது நம்மை வந்தடையாது.

ஈ.த. வினோத் குமார்

வலி:-

ஒருவரின் பிரிவு தரும் வலியை விட
அவரின் நினைவு தரும் வலி அதிகம்.

காயங்கள்:-

காலங்கள் பல மாறலாம் ஆனால் நீ தந்து விட்டு சென்ற
காயங்கள் மட்டும் என்றுமே மறையாது...

தீபம்:-

கடைசி நொடி வரை காத்துக்கொண்டிருப்பேன்.
இருள் சூழ்ந்த என் வாழ்க்கையில் சிறு தீபமாக நீ
வருவாயென்று.!....

உயிர்:-

உன்னுடைய நியாபகமே என் உயிர்.
உன்னுடைய நியாபகங்களுடனே என் பயணம்.!....

நண்பன்:-

உன் வாழ்நாளில் நீ எத்தனையோ நண்பர்களை
கடந்து வந்திருக்கலாம்,
இன்னும் பல நண்பர்களை வரும் வருடங்களில் கடந்து
செல்ல நேரிடலாம். ஆனால் உன் வாழ்நாள் முழுவதும் உனக்கு
உறுதுணையாக இருக்கும் ஒரு நண்பன் கிடைப்பது என்பது
மிகவும் அரிது. அப்படி ஒரு நண்பனாக இருக்க நான் ஆசை
கொள்கிறேன். என்னுடைய வாழ்க்கையில் உன் நட்பை
பெரிதும் நேசிக்கிறேன்.

பேசா மொழிகள்:-

அவளின் பேசும் மொழியை விட அவளின் பேசா மொழிக்கே
அர்த்தங்கள் அதிகம்...

அதிர்ஷ்டசாலிகள்:-

காதலிப்பவர்களை விட காதலிக்கப்படுபவர்கள்
அதிர்ஷ்டசாலிகள்.

கடினமானவர்கள்:-

காதல் ஒன்றும் கடினமில்லை
காதலர்கள் இருவரும் தான் கடினமானவர்கள்.

நினைவு:-

ஒருவரின் பிரிவு தரும் வலியை விட
அவரின் நினைவு தரும் வலி பல மடங்கு அதிகம்.

வெற்றி:-

தோல்வி இல்லாமல் வெற்றி இல்லை.
தோல்வி இல்லாத வெற்றி நிரந்தரம் இல்லை.

காமுகன்:-

காதலை அளிப்பவன் காதலன்.
காதலை அழிப்பவன் காமுகன்

தன்னம்பிக்கை:-

தன்னம்பிக்கை உடையவனே அடுத்தவன்
நம்பிக்கைக்கு உரியவன் ஆகின்றான்.

இன்றைய காதல்:-

யாரோவாக வந்து யாதும் நீயே என நினைக்க வைத்து
யாரோவாகவே போவது தான் இன்றைய காதல்.

புன்னகை:-

நாம் செல்லும் பாதையில் கொட்டி கிடப்பது
மென்மையான பூக்கள் மட்டுமல்ல,
கூர்மையான முட்களும் தான்.
இருந்தும் புன்னகையோடு கடந்து செல்வோம்.
சாதனைகள் பல படைப்போம்

சிக்னல்:-

நான்கு வழி சந்திப்பில் சிக்னலின் போது கிழிந்த அரை கை சட்டையுடன் சிறுவன் ஒருவன் அங்கும் இங்கும் அலைவதை கண்டேன்.

படிக்கும் வயதில் தோளில் புத்தக பையை சுமக்க வேண்டிய வயதில் தன் குடும்ப கஷ்டத்தை சுமக்க பிச்சை எடுத்து கொண்டிருந்தான்.

ஒரு நிமிட சிக்னலில் ஒன்பது நபர்களிடம் அவன் கையேந்தி நிற்க அந்த ஒன்பதாவது நபராக நான் இருந்தேன்.

பையில் இருந்த பணம் கையில் வருவதற்குள் சிக்னல் முடிய ஏக்கதோடு அவன் என்னை பார்க்க, வருத்தத்தோடு நானும் நகர்ந்தேன் அங்கிருந்து செய்வதறியாத பேதையாய்..

ஈ.த.விேனாத் குமார்

கற்பனை காதல்:-

முதல் முறையாக நாங்கள் இருவரும் சந்தித்தோம். என்னுடைய இருசக்கர வாகனத்திற்கு இது வரை எந்த பெண்ணையும் ஏற்றியது இல்லை என்ற வரலாறு உண்டு ஆனால் அவள் அந்த வரலாற்றை மாற்றி அமைத்தாள். ஆம் அவள் என்னுடைய இருசக்கர வாகனத்தில் என்னோடு பயணித்தாள்.

எங்களுடைய முதல் பயணம் கோவிலை நோக்கி சென்றது. அவள் கண்மூடி கடவுளை வணங்க நானோ கண் திறந்து அவளின் அழகை ரசித்து கொண்டிருந்தேன்.

கோவில் பூசாரி குங்குமம் கொடுக்க அதை அன்போடு என் நெற்றியில் வைத்து விட்டவள் கைகொண்டு கண் மறைத்து அந்த குங்குமத்தை சரிசெய்தாள்.

ஒருவருக்கொருவர் எங்கள் இதயங்களில் உள்ள அன்புகளை பரிமாறிக்கொண்டோம்.

ஒரு வழியாக அங்கிருந்து புறப்பட்டு ஒரு குளிர்பானம் கடைக்கு சென்றோம்.

நான் இரண்டு பானங்கள் கேட்டேன் அவளோ ஒன்றே போதும் என்றாள். ஏன் என்று கேட்டேன் என்னை பார்த்து சிரித்தவள் இரண்டு உறிஞ்சி குழாயை கேட்டு வாங்கினாள். ஆம் நீங்கள் நினைத்தது சரி தான் நாங்கள் இருவரும் ஒரே பானத்தில் இரண்டு உறிஞ்சி குழாய்களை போட்டு தான் பருகினோம். ஒருவர் தோளில் ஒருவர் சாய்ந்து உலகம் மறந்தோம்

அவள் கண்ணில் காதலையும் பேச்சில் சிறிது
தயக்கத்தையும் கண்டேன்.
என்னை விட்டு சென்று விடுவாயா என நான் அவளிடம்
கேட்டேன்
அவளோ வெக்கத்துடன் இன்று வீட்டுக்கு சென்று விடுவேன்
ஆனால் உங்கள் மனதை விட்டு என்றும் செல்லமாட்டேன் என
கூறினாள்.
அவள் கூறியவாறே அந்த இடத்தை விட்டு சென்று விட்டாள்.
ஆனால் என் மனதில் வீடு கட்டி வீடு குடுத்தனமே
செய்துவிட்டாள்.

கனவு பாதி கற்பனை மீதி...
கனவும் கற்பனையும் சேர்ந்த கலவையே இந்த வாழ்வில்
மறக்க முடியாத இந்த ஒரு நாள்.

ஈ.த.விேனாத் குமார்

இந்த எழுத்துக்கள் உங்கள் தலையெழுத்தை மாற்றுமா:-

ஆம் மாற்றும்.

இந்த எழுத்துக்கள் பாமரனின் உள்ளத்தை கவர்ந்தால்,

இந்த எழுத்துக்கள் பாமரனின் யோசிக்கும் திறனை வளர்த்தால்,

இந்த எழுத்துக்கள் பாமரனின் வாழ்க்கையில் திருப்பு முனையாக அமைந்தால்,

இந்த எழுத்துக்கள் நிச்சயம் உங்கள் தலையெழுத்தை மாற்றும்.

சாலை பாதுகாப்பு விதிகள்:-

பாதுகாப்பு என்பது வெறும் சொல் அல்ல அது ஒரு தலைமுறையில் சேமிப்பு. சாலை பாதுகாப்பு என்பது சாலையில் பயணிக்கும் அனைவரின் பாதுகாப்பையும் அனைவருக்கும் பாதுகாப்பு வழங்குவதையுமே குறிக்கின்றது.

ஒவ்வொருவரும் சாலை பாதுகாப்பு விதிகளை கடைப்பிடிப்பதன் மூலம் உயிர் இழப்புகளையும் பொருளாதார இழப்புகளையும் தடுக்க முடியும்.

வாகனங்களை அதிவேகமாக ஓட்டாதீர்கள். அதிக வேகம் அதிக ஆபத்து என்பதை நினைவில் கொள்ளுங்கள்.

மது அருந்தி விட்டு வாகனம் ஓட்டாதீர்கள். மதுவின் மயக்கம் உங்கள் குடும்பத்தில் ஏக்கத்தை உண்டாக்கும் என்பதை மனதில் கொள்ளுங்கள்.

இரு சக்கர வாகனத்தில் இரண்டு நபர்களுக்கு மேல் செல்வதென்பது நான்கு சக்கர ஊர்தி வாகனத்தில் செல்வதற்கு வழி வகுக்கும் என்பதை நினைவில் கொள்ளுங்கள்.

ஈ.த.விநோத் குமார்

தலை கவசம் அணியாமல் வாகனத்தில் செல்வதென்பது கலசம் வைத்து காரியம் செய்வதற்கு வழி வகுக்கும் என்பதை மனதில் கொள்ளுங்கள்.

சாலையில் செல்லும்போது இடது புறமாக செல்வதை வழக்கமாக கொள்ளுங்கள்.

சாலையின் வளைவுகளிலும் திருப்பங்களிலும் நிதானமாக செல்வதையும் சரியான இடைவெளியில் வாகனம் ஓட்டுவதையும் மறவாமல் கடைபிடியுங்கள்.

சாலை பாதுகாப்பு விதிகளை மதியுங்கள்.மதிக்காதவர்களை சாலையிலேயே போட்டு மிதியுங்கள்..

என்னது பேய் விவசாயம் பன்னுச்சா:-

என்னடா இது புதுசா இருக்குது பேயாலா எப்படி விவசாயம்
பண்ண முடியும்
அதால மத்தவங்கள பயமுறுத்த தானே முடியும்னு
யோசிக்கிறீங்களா சரி வாங்க அப்படி என்னதா நடந்ததுனு
பாப்போம்.

அம்பது வருசத்துக்கு முன்னாடி சொக்கம்பட்டி என்ற
கிராமத்துல சொக்கன் சொக்கன்னு ஒரு விவசாயி இருந்தானாம்.
அவனுக்கு செல்லாத்தா சொல்லாத்தானு ரெண்டு
பொண்டாடிங்க இருந்தாங்களாம்.
அந்த கிராமத்துல இருக்குற விவசாய நிலங்கல பத்துல ஒரு
பங்கு இவனோடது தானாம்.
இந்த நிலத்துல நெல்லு சோளம் வேர்க்கடலை கம்புனு
நெறைய விதைகள பயிர் வச்சிருந்தானாம்.
ஒவ்வொரு பயிருக்கும் ஒவ்வொரு மாதிரி தண்ணீ
பாய்சனுங்குற காரணத்தால அந்த வயலுக்கு மத்தியிலேயே ஒரு
குடிசய போட்டு புருஷனும் பொண்டாடியும் அங்கேயே
தங்கிட்டாங்களாம். அதாவது ஒரு பொண்டாட்டி கிராமத்துல
இருக்குற வீட்ல இருந்தா இன்னொரு பொண்டாட்டி வயலுல
இருக்குற குடிசைல இருக்குறத பேசிக்கிட்டாங்களாம்.

ஈ. த. விஜனாத் குமார்

ஒரு நாள் ராத்திரியில சொக்கனும் சொல்லாத்தாவும் தூங்கிட்டு இருந்தாங்களாம்.

அன்னைக்கு சொல்லாத்தா தலைக்கு ஊத்திக்கினா அதனால ரெண்டு பேரும் தனி தனியா தான் படுத்து இருத்தாங்களாம். கொஞ்ச நேரத்துக்கு அப்புறம் அவ மேல யாரோ கை போட்டுனு பக்கத்துல படுத்த மாதிரி இருந்ததாம் உடனே அவளுக்கு செம கோவமாம் பக்கத்துல புருசங்கரான்தான் வந்து படுத்திருக்கான்னு.உடனே

அவ கோவத்துல அந்த கைய புடிச்சி தூக்கி போட்டாளாம் ஆனா அது கை மாதிரி இல்லயாம் ஒரு ரப்பர் மாதிரி இருந்துதாம்.என்னடா இது ஒரு மாதிரியா இருக்குனு கண்ண தொறந்து பாத்தாளாம். புருசங்காரா அவள பாத்தா மாதிரி சோத்து கை பக்கமா படுத்து இருந்தானாம்.அவளுக்கு தூக்கி வாரி போட்டுச்சாம். புருசங்காரா இந்த பக்கம் இருந்தா அப்போ அந்த பக்கம் கை போட்டது யாருன்னு திரும்பி பாத்தாளாம்.

அந்த காலத்துல கிரோஸின் விளக்கு தான் பயன்படுத்துவாங்களாம். அந்த விளக்கு வெளிச்சத்துல ஏதோ ஒரு உருவம் வெள்ளையா ஓடுறா மாதிரி தெரிஞ்சிதாம்.

உடனே அவ பயத்துல கத்தி புருசங்காரன கூப்பிட்டாளாம்.

அவனும் என்ன ஏதுன்னு கேக்க

அவ நடந்தத சொன்னாளாம்.

உடனே அவனும் விளக்கு எடுத்துட்டு போய்ட்டு வெளியில பாத்தானாம்.ஆனா அங்க எதுவும் இல்லையாம்.அவன் உள்ள வந்து அங்க எதுவும் இல்ல ஏதாச்சும் பேய் பிசாசா இருக்கும் நீ படுத்து தூங்குனு சொல்லிட்டு அவன் படுத்து தூங்கிடானாம்.ஆனா அவளுக்கு தூக்கம் வரவே இல்லையாம்.

 வினோவின் அனுபவ வரிகள்

ஒரு வாரத்துக்கு அப்புறம் சொக்கன் பௌர்ணமி அப்போ
ராத்திரி நேரத்துல தண்ணி கட்டிக்கினு இருந்தானாம் அப்போ
அங்க ஒரு பேய் வந்துச்சாம்.

(ஆமா நீங்க நெனைக்குறது சரிதா போன வாரம் அவங்க வீட்ல
அவனோட பொண்டாட்டிக்கு பக்கத்துல படுத்துட்டு
இருந்துதே அதே பேய் தான்).

யாரோ அவன பின்னாடி இருந்து கூப்பிட மாதிரி இருந்துச்சாம்.
உடனே அவன் திரும்பி பாத்தானாம்.

அங்க வெள்ள கலர்ல ஒரு உருவம் நின்னுட்டு
இருந்துச்சாம். அதோட முடி மட்டும் தான் கருப்பா
இருந்துச்சாம்.

சொக்கன் அந்த உருவத்த பாத்து யாரு நீனு கேட்டானா அதுக்கு
அது நா பேயின்னு சொல்லுச்சாம்.

உனக்கு என்ன வேணும்ன்னு கேட்டானாம் அதுக்கு பேய் நீதா
வேணும் உன்ன கொல்ல போரன்னு சொல்லுச்சாம். உடனே
அவன் பயத்துலயும் பதற்றத்துலயும் என்ன பன்றதுன்னு
தெரியாம அவன் கையில இருந்த மம்மூட்டியால பேயோட
கை விரல வெட்டிட்டானாம்.

(நீங்க என்ன நெனைக்குறிங்கனு எனக்கு தெரியுது உடனே அந்த
பேய் கோவத்துல அவன ஏதாச்சும் பன்னிருக்கும்ன்னு
தானே. ஆன அதுதா இல்ல). விரல வெட்டினதும் அந்த பேய்
ஒன்னு அழுதுச்சாம்.

என்னோட வெரலு இல்லனா எங்க உலகத்துல என்ன சேத்துக்க
மாட்டாங்க உங்களுக்கு என்ன வேணும் நாலும் கேளுங்க நான்

 ஈ. த. விேனாத் குமார்

தர என்னோட விரல மட்டும் கொடுத்துடுங்கன்னு சொல்லி அழுதுட்டே இருந்துச்சாம்.

சொக்கனுக்கு என்ன பண்றதுன்னு தெரியலயாம். ஏன்னா அவன் நெனச்சது ஒன்னாம் அங்க நடந்தது ஒன்னாம். ரொம்ப நேரமா எதயோ யோசிச்சவன் அந்த பேய பாத்து என்னால தனியா விவசாயம் பண்ண முடியல நீ எனக்கு தண்ணி கட்டுறதுல இருந்து அரப்பு அரகுறது வரைக்கும் பண்ணிக்கொடுத்தா அப்போ உன்னோட விரல தரேன்னு சொன்னானாம்.

அந்த பேயும் சரின்னு விவசாயம் பண்ண ஒத்துக்குச்சாம். சொக்கனும் இங்க நடந்தத எல்லாம் செல்லாத்தா கிட்டயும் சொல்லாத்தா கிட்டயும் சொன்னானாம். ஆனா அவங்க நம்பலயாம்.

தினமும் அந்த பேய் ராத்திரியில தண்ணி கட்டுறதும் பகல்ல யாரும் இல்லாத போது கல எடுக்குறதுமா இருந்துச்சாம்.

ஒரு நாள் சொக்கன் பேய் கல எடுக்குறத செல்லாத்தாக்கும் சொல்லாத்தாக்கும் காட்டுனானாம். அவங்களால இதையெல்லாம் நம்பவே முடியலையாம். இது கனவா இல்ல நிஜமானு ஆச்சரியமா பாத்தங்களாம். இப்படி தினமும் அந்த பேய் தன்னோட விரளுக்காக தினமும் கஷ்டபடுறத பாத்த அவங்களுக்கு அது மேல கொஞ்சம் பரிதாபம் வந்துச்சாம். உடனே சொல்லாத்தா சொக்கங்கிட்ட அந்த பேயோட விரல அந்த பேய் கிட்டயே கொடுக்க சொல்லிட்டாளம். அவனும் அவளோட பேச்சுக்கு மறுபேச்சு பேசாம அந்த பேய கூப்பிட்டு அதோட விரல கொடுத்துட்டு நீ

இது வரைக்கும் எங்களுக்காக கஷ்டப்பட்டது போதும் நீ உங்க உலகத்துக்கு போயிடுன்னு சொன்னானாம்.உடனே அந்த விரல வாங்கிக்கிட்ட பேய் அவங்களுக்கு நன்றி சொல்லிட்டு நான் வாக்கு கொடுத்த மாதிரி அறுவடைலா முடிச்சிட்டு தான் போவேன்னு சொல்லிடுச்சாம்..

அவங்க ஒன்னு சொல்ல அந்த பேய் ஒன்னு சொல்லா இப்படியே பேசிகிட்டிருக்க கடைசியில அவங்களும் பேயும் நண்பர்களா ஆயிடங்களாம்.

ஒரு மாசத்துக்கு அப்புறம் எல்லா பயிரும் அறுவடைக்கு தயாரா இருந்துச்சாம்.

சொக்கனும் அவனோட பொண்டாட்டிங்களும் பேயோட சேர்ந்து நல்ல படியா அறுவடை பண்ணி முடிச்சிட்டாங்களாம்.நல்ல விளைச்சல் வந்ததாம் எல்லாரும் ரொம்ப சந்தோசமா இருந்தாங்கலாம். பேயும் சந்தோசமா அவங்க உலகத்துக்கு போய்டிச்சாம்.

ஆனா சொக்கன் எப்போலா விவசாயம் பன்னுனானோ அப்போலா அந்த பேய் வந்து அவன் கூட விவசாயம் பண்ணிட்டு அப்புறம் அவங்க உலகத்துக்கே போயிடுமாம்.

இதோட கதை முடிஞ்சிடுச்சாம்..

இந்த கதைய பொறுமையா படிச்ச எல்லா நல்ல உள்ளத்துக்கும் நன்றி..

தாத்தா:-

அப்பாவின் அப்பா.

அப்பாவை விடவும் இருமடங்கு மரியாதைக்கு உரியவர்.

எங்கள் குல தெய்வம்.

சத்தியத்தின் மறு உருவம்.

தைரியத்தின் அடையாளம்.

எவரையும் புறம் பேசதவர்.

புறம் பேசுபவர்களுக்கு செவி சாய்க்காதவர்.

கர்வம் துளியும் அல்லாதவர்.

வலது கை கொடுப்பதை இடது கைக்கு தெரியாமல் பார்த்துக்
கொண்டவர்.

விமர்சனங்கள் பலவற்றை கடந்து சாதித்து காட்டியவர்.

குறும்பு பேச்சும் குழந்தை குணமும் ஒரு சேர கொண்டவர்.

வினோவின் அனுபவ வரிகள்

அரசியலில் நாட்டம் இல்லாதவர்.

நேர்மையான நிர்வாகி.

மனிதநேய பண்பாளர்.

மக்கள் சிந்தனையாளர்.

கேட்டார்ப் பிணிக்கும் தகையவாய்க் கேளாரும்

வேட்ப மொழிவதாம் சொல்.

(நண்பர்களைப் பிரிக்காமல் சேர்க்கும் தன்மையதாய்ப்

பகைவரும் கேட்க விரும்புவதாய்ப் பேசவது

சொல்லாற்றல்). என்ற குறளுக்கு இலக்கணமானவர்.

இவர் பேச்சிலே எளிமை இருக்கும்.

இனிமை இருக்கும்.

கருத்து செறிவு இருக்கும்.

இவரை போன்றவர் யாரும் பிறக்கவும் இல்லை பிறக்க

போவதும் இல்லை.

என்றும் தாத்தா வழியில் பேரன்.

ஈ.த. வினோத் குமார்

9 789355 332950